Hausa Readings

HAUSA READINGS

Selections
from
Edgar's
Tatsuniyoyi

Neil Skinner

Published for the
Department of African Languages and Literature
by
The University of Wisconsin Press
Madison   Milwaukee   London
1968

Published by
The University of Wisconsin Press
Box 1379, Madison, Wisconsin 53701

The University of Wisconsin Press, Ltd.
27–29 Whitfield Street, London, W. 1

Printed in the United States of America by
Cushing-Malloy, Inc., Ann Arbor, Michigan

Library of Congress Catalog Card Number 68–9836
Standard Book Number 299–05130–7

Kunne ya girme wa kaka.

Contents

Introduction

The Source

Litafi na Tatsuniyoyi na Hausa, from which the following selections were made, is the title of a work by Major Frank Edgar, published in three volumes between 1910 and 1913. A complete English translation is only now being published.[1] Edgar was one of Lugard's Political Officers, and served in what was later to be Nigeria. Edgar was appointed, as District Superintendent of Police, in December, 1905, and retired, a Second Class District Officer, in July, 1927. He died in 1937. In the Introduction he says that large numbers of the manuscripts that he used in the work were given to him by Major Burdon, who was the first Resident of Sokoto Province (from 1903 to 1910, when he was transferred, because of ill health, to Barbados). But over two-thirds of the manuscripts Edgar collected himself.

It seems certain that all the original manuscripts of this collection, as those used by Rattray,[2] were written in Arabic script (Hausa *ajami*). At this time Roman script (*boko*) had just been introduced in the new Kano Provincial School set by up Hans Vischer, later to be first Director of Education.[3] The use of Roman script, a new, and important,

---

1. By Frank Cass, under the title of "Hausa Tales and Traditions."
2. R. S. Rattray, *Hausa Folk-Lore*, 2 vols. (Oxford, Clarendon Press, 1913).
3. See Sonia F. Graham, *Government and Mission Education in Northern Nigeria, 1900–1919* (Ibadan, Nigeria, Ibadan University Press, 1966).

xi

departure, had been initiated by Lugard himself in 1903 on the advice
of, among others, Canon Robinson and Walter Miller, who were mis-
sionaries following in the steps of the missionary Schön. It was an
important innovation for Hausa literature and for Hausa culture, and
it has had much influence in drawing the ideas of, at any rate, the
younger generation a little way out of the world of Islam and into the
Western world. The older tendencies have, however, continued with
barely diminished force, fostered by the strength of tradition; by the
survival—often indeed accompanied with expansion and reform—of
the Koranic schools; and, it may be said, by a reaction against the
results of European Christian influence (as seen in the way the half-
educated non-Hausa African was looked upon with scorn by the Hausa
and Fulani).

Edgar's collection[4] of *tatsuniyoyi*: "tales," though containing a
majority of such, contains also a large number of other items, ranging
from proverbs, through historical and quasi-historical pieces (*labarai*)
to a seventy-page translation of the *Risala* of Abu Zaid (a version of
the Maliki legal code in use in Hausaland). The selection in this
book has been made with the idea of presenting a cross section of the
original work through the whole range of its subject matter, with only
such editing as is called for by the minor changes made to Hausa Roman
orthography since 1910, by a very small number of misprints in Edgar's
printed text, and by modern canons of punctuation and capitalization.
(Arabic script has no capital letters and varies in its usage over punc-
tuation—of which it is, in any case, very sparing—and Edgar, pre-
suming that he did the transliteration, reflected this in his work.) In
addition, a number of proverbs not in *Tats* have been added and one
short passage has been inserted in No. 15.

For this book, I have tried to make the selection so that: (1) The
texts cover the spectrum of the genres of Hausa oral literature as
presented in *Tats*. Noticeably missing from *Tats* are poems and
kirari ("praise-songs"), but as its twelve hundred pages constitute
the largest corpus of literature of any one African language, I have
nevertheless been able to be reasonably comprehensive. (2) Those
tales containing excessively difficult dialect usages are avoided as
well as those whose brevity indicates that the scribe was more inter-
ested in getting down the bare bones of the story than in writing it
with something approaching the fullness of the oral version. (3) The
texts provide material for intermediate students for about two semesters'
work in the traditional vocabulary and syntax. To grade such material
in any way other than that specified in (2) is hardly possible or de-
sirable. In fact, though, to a foreigner, the syntax of such material
is much easier than that, say, of more modern, newspaper Hausa.

_____

4. Henceforth referred to as *Tats*.

The notes are intended simply to supplement Abraham's dictionary, which it is presumed the student will possess. They are written to provide an understanding of the language and the meaning rather than to analyze the material from the point of view of folklore. However, some references are given to relevant works on folklore, which the interested student may pursue. Useful general references on folklore are "African and New World Negro folklore," in *Standard Dictionary of Folklore, Mythology, and Legend*, Maria Leach, ed. (New York, Funk & Wagnalls Company, Inc.), I (1949), pp. 18–23; William Bascom, "Folklore and Literature," in *The African World: A Survey of Social Research*, Robert A. Lystad, ed. (London and Dunmow, Frederick A. Praeger Inc. for the African Studies Association, 1965), pp. 469–490; and A. Aarne and Stith Thompson, "The Types of the Folklore," *FF Communications*, LXXV, No. 184 (1961).

The Language and Style

Turning to a consideration of the language of *Tats*, one is impressed by its conversational, staccato style. It is written much in the way that Hausas spoke and indeed still speak, for there had been no tradition of literary as opposed to spoken style. The language of the selections may be contrasted with the modern Hausa written in the newspaper *Gaskiya Ta Fi Kwabo*, which, mainly under the influence of English, has developed an involved, often tortuous style, characterized by the string of subordinate clauses that is surely the mark of poor style in modern English as well. Another thing missing from the texts in this book—as might be expected in view of their date—is the flood of loanwords from English that are such a feature of modern Hausa. There are only, I think, four places in the whole corpus where any loanwords occur, and two of these are in variants of one account. These early borrowings are from the fields of soldiering and money. British coinage very rapidly ousted the cowrie currency, for the people preferred something that was eminently more convenient. But all other references to currency in *Tats* are to the cowrie. In the field of soldiering, as in some other fields, loans from English ousted some from Arabic that were beginning to be used:[5] *soja*, for example, for the British-commanded soldier, quickly replaced *askar*—in interesting contrast to Swahili, which also makes great use of Arabic loanwords. (Though in modern, newspaper writing, *askarawa* is coming back as a glamorous term for "our warriors.") In contrast with those from English, loanwords from Arabic have played a large part in Hausa for many

---

5. See R. M. East, "Modern Tendencies in the Languages of Northern Nigeria," *Africa*, Vol. X, No. 1 (1937), pp. 97–105.

centuries.[6] But again it is noteworthy that in *Tats* many of the Arabic-
isms that have become common currency in modern, written Hausa—
such as *har ila yau, jam'iyya, alhali,* and *darasi*—hardly occur. And
even the common contrastive *amma* is very often used in a now-archaic
usage.[7]

The student who would like to see more examples of modern Hausa
written style will find them in *A Modern Hausa Reader* by A. H. M.
Kirk-Greene and Yahaya Aliyu, but as a specimen to compare with the
texts that follow, here is the opening paragraph from the leading article
of *Gaskiya Ta Fi Kwabo* for October 30, 1967:

> K'ank'anen k'arin da aka yi na ku'din harajin shigowa da kayayyaki
> k'asa na wa'dansu kayayyakin ci kamar su madara, sukari da
> sauransu, mun fahinci wa'dansu 'yan kasuwa na k'ok'arin shiga
> rigar k'arin don samam ma kansu bak'ar riba, ribar da za ta sa
> masu sayen kayayyakin su rik'a ganin bak'in k'arin, alhali k'arin
> ba wani abin da zai tayad da hankali ba ne, idan da za a jefa
> k'arin ga masu saye bisa adalci.

Translated, this is:

> The small increase that has been made in import duties on some
> articles of food, such as milk, sugar, etc.—we understand that
> some traders are trying to "put on the gown of increase[d prices]"
> to gain for themselves immoral [lit., "black"] profit, profit which
> will make buyers consider that there has been an excessive in-
> crease—the increase in fact is not something to cause excitement,
> provided that it is passed on to the buyers fairly.

One may surmise that this is a rendering of an English original of
about the same length, into which the long parenthesis was fitted some-
what more naturally than it is in the Hausa. Other noteworthy features
here are: (1) The distance of the subject, *k'ank'anen k'arin*, from the
predicate, *ba wani abin ... ba ne*, is so great that the writer has had
to repeat *k'arin* to remind us what the subject is. (2) Nominals are
listed with only commas to separate them until the last, which is con-
nected by *da*. Traditionally, *da* would have connected every member
of the list; this innovation is made in imitation of the English style
of, for example, "men, women and children." (3) There are no less
than seven verbs, more or less subordinately connected, within the

---

6. A number of articles on such words have been published in
recent years. That which contains the most complete list of them is
still Greenberg's (J. H. Greenberg, "Arabic Loan-Words in Hausa,"
Word, Vol. 3, Nos. 1—2 (August, 1947), pp. 85—97).

7. See A. N. Skinner, "The Hausa particle *àmmā*: An Etymologi-
cal Note," *Journal of African Languages*, Vol. 6, Pt 2, pp. 146—152.

one sentence. Traditionally, that many verbs might occur, but they would be coordinatively situated, for example, *sun tashi, suka tafi, suka koma gari, suka gai da sarki.* (4) There are such ponderous noun phrases as that from *ku'din* to *sauransu,* strung together by no less than six genitive copulas and two uses of *da.* (5) However, other than *sukari* (and this is probably from the Arabic), there are no English loanwords, as might be expected in a passage dealing with trade, the Hausa's main occupation for so long.

Perhaps this short example will give some idea of the great difference between the old and the new. Full allowance should of course be made for the very different subject matter of a tale and an editorial. A modern account of, say, a motor accident, being straightforward narration, would have much more of the traditional style, but, since quantitively there is far more of the other being printed, its cumulative effect is powerful.

The style of these texts tends then to be staccato, though in part this may be the result of a tendency to summarize a tale when transferring it for the first time to the far more laborious medium of writing (though even précis writing is something that has to be learned!). The style is also to non-Hausa ears—and perhaps to those of the modern Hausa intelligentsia—repetitious in some respects. The connective *sai* occurs some twelve times as often as any other conjunctive particle; even its modern synonym, *sa'an nan,* which at least offers opportunity for variety, is comparatively rare. Such a sequence as "He told the girl to go and cook the food. The girl went and cooked the food"—which is almost inconceivable to our English ideas of style, where we should put something like "She did so" as the second sentence—are normal and frequent in *Tats* as, indeed, they are in spoken Hausa. Note too, in this last example, the repetition of the noun instead of the substitution of a pronoun, synonym, or other surrogate as the English "the other," "the latter," and "the former." Nor is there any tendency where the narrative tells of a specific, such as a shea butter tree (*ka'danya*), to substitute a generic "tree," however many times it crops up; similarly with birds and even with long and, to our minds, clumsy proper names and titles. The list could be greatly extended, but one last example must suffice. The word *ce* (usually glossed "say") has to do duty where in English we might have "say to oneself," "presume," "think," "ask," "reply," "exclaim," "expostulate," and many others. *Tsammani,* which is usually made to render English "think" nowadays, in *Tats* often implies that the action was *mere* supposition.

Traditional material tends to abound in stock phrases, and these are legion in *Tats*. Here are a few:

ya ce "To": he said "OK"; he agreed; he accepted gladly (or unwillingly); he gave lip acceptance; he acknowledged what was said to him; etc. (The meaning mostly depends on the tones in which it is

said and on the demeanor while speaking. On one occasion in *Tats*
this is the way used to describe the reaction of a girl just told she
is sentenced to death!)

   ya ci, ya k'oshi: he ate and was satisfied.

   gari ya waye: the world grew light; next day. (Cf. Homer for the
constant use of a stock phrase to introduce the events of a new day.)

   ya tashi ,ya ... [followed by a second verb]: he rose and ... ,
he proceeded to ....

   mafari ke nan ... : and that's the origin ... (to introduce the
punch line in etiological tales).

   ya ce "...." *Ta ce "Ashe?" Ya ce "I."* He said "...." She
said "Really?" He said "Yes."

   Other stylistic points are dealt with as they crop up in the text.

The Dialects

   Bargery[8] differentiates at least a dozen areas in Hausaland to
which he attaches the presumably exclusive use of various words in
his dictionary. Hausas themselves have various criteria to tell where
a man comes from. Modern written Hausa prose (not poetry) is sup-
posed to conform to a standard "Kano" dialect—the result of a decision
made back in the 1930's in the days of the Literature Bureau. This
Kano dialect tends generally to be contrasted with a "Sokoto dialect,"
which has many points of resemblance to a "Katsina dialect." Both
Taylor[9] and Bargery list points in which Sokoto speakers vary from the
Kano norm, but, as research into dialects in any country has shown,
the pattern of dissimilarities is a complicated one, and one must be-
ware of oversimplification. In this book, the more general term "west-
ern dialects" is used, and a list of common differences from Kano
speech occurring in the text is given after the Introduction.

   In fact, much of what is written here is recognizably of Sokoto
provenance. This applies especially to the matter contained in Edgar's
first two volumes, much of which was written down for Burdon by two
malams, one of whom was definitely an Argungu man. However, far
from detracting from the usefulness of this material, the preponderance
of western dialect is a positive advantage. First, this material offers
the opportunity to redress a little the balance of publication which
has leaned so heavily in favor of the Kano dialect in recent years.
(Incidentally, the dialects spoken by the large numbers of Hausas

_____

   8. G. P. Bargery, *A Hausa-English Dictionary and English-
Hausa Vocabulary* (London, Oxford University Press, 1934).

   9. F. W. Taylor, *A Practical Hausa Grammar*, 2nd ed. (Oxford,
Clarendon Press, 1959).

outside Nigeria probably have as much in common with the western dialects as with the Kano speech.) And secondly, because it appears clear that many Sokoto forms are older forms[10] and therefore are of value both to linguists for diachronic study and to historians. Clear instances of such older forms include: the unchanged consonant clusters such as *sabka* (Kano *sauka*), *amre* and even *arme* (Kano *aure*), *zamna* (Kano *zauna*); *saka* (Kano *sa* [saà]); the Arabic usage of *amma*; and possibly the *munka* (Kano *muka*) and other pronoun forms of the relative past.

Script and Orthography

If we hope to redress the balance somewhat in this last matter, we can also do so by again publishing Hausa in Arabic script. In the last census held under British auspices, the numbers claiming literacy in Arabic script were several times those claiming to know Roman, and though doubtless the gap has much narrowed in the last fifteen years, the former group still includes and will continue to include the most respected, the most influential, and the wealthiest of Hausa society. And it would be unwise to ignore a skill and a means of communication used by such a group. Added to which, though there is not much printed in this script, there exist numbers of handwritten texts in script in the western Sudan. Rattray[11] and more recently Hiskett[12] have drawn attention to some of the peculiarities of this *ajami* script. Details of the script of the scribe who wrote the texts in this book are given just before No. 24.

The orthography used for the Roman text is that standardized in the publications of the Gaskiya Corporation, except for the use here of 'b, 'd, and k', instead of the hooked letters, for the glottalized consonants. In addition, phonetic guidance has been given occasionally in the notes in brackets. In this, the following symbols are used: (1) a double vowel to indicate a lengthened vowel sound; (2) ´ to indicate high tone; and (3) ` to indicate low tone if on the first vowel indicating a long vowel sound or on the vowel of a closed syllable; to indicate falling tone if on the second of two juxtaposed vowels or on the final consonant of a closed syllable.

---

10. See Skinner, *op. cit.*
11. Rattray, *op. cit.*
12. M. Hiskett, "The 'Song of Bagauda': A Hausa King List and Homily in Verse. I," *BSOAS*, Vol. XXVII, Pt 3 (1965), pp. 540–541.

Conclusion

References to Edgar's edition are in parentheses after each title. The capital Roman numeral refers to the volume; the second number refers to the number of the piece: an Arabic numbernal if the piece is a *tatsuniya*, a lower-case Roman numeral if it is a *labari.*

    I wish to express my acknowledgments for assistance given by 'Dandatti Abdulk'adir, Susan Knoke, and Lois Adams. For the rest, it is hoped that the texts, supported by the notes, will speak for themselves, and—to quote Edgar, himself quoting Burdon—"provide something that will be of real use to Hausa students."

Western Dialects

Common Variant Usages

	Kano Dialects	Western Dialects
Dative particle before nominal	*wa*	*ma*
Third person singular pronoun possessive suffix	*-sa*	*-shi, -ai*
Third person singular subjunctive pronoun	*ya* [yà]	*shi*
Third person singular continuous pronoun	*yana*	*shina*
Continuous particle (relative)	*ke* [kèe]	*ka* [kàa]
"this/that"	*-nan*	*-ga*
"to/for me"	*mini*	*mani*
"to/for you"	*maka*	*ma*
"to/for us"	*mana*	*mamu, muna*
"daughter"	*'ya*	*'diya*

Western dialects also use *l* for the Kano *r* (usually when it is before another consonant), e.g., *halba; au* for the Kano *o*, e.g., *watau;* and *am* or *ab* for the Kano *au*, e.g., *damre, sabka.*

The western dialects have a predilection for gemination (the doubling of a consonant), e.g., *gafakka* for *gafaka, zowwa* for *zuwa.* This occurs regularly in genitive constructions, e.g., *gidas sarki* for the Kano *gidan sarki.* Also, western dialects often substitute *aC* (where *C* is the initial consonant of the following word) for the Kano *ne* and *ce*, e.g., *shi as sarki* for *shi ne sarki* ("he is chief"), *su ad da fitila* for *su ne da fitila* ("they are with [i.e., have] the lamp"). Alternatively, western dialects use *na* and *ta* for the Kano *ne* and *ce.*

Abbreviations

Abr   R. C. Abraham, *Dictionary of the Hausa Language*, 2nd ed. London, University of London Press, 1962.

AT   A. Aarne and Stith Thompson, "The Types of the Folktale," 2nd rev. *FF Communications*, Vol. LXXV, No. 184 (1961).

Barg   G. P. Bargery, *A Hausa-English Dictionary*. London, Oxford University Press, 1934.

Bry   Jack Berry, *Spoken Art in West Africa*. London, University of London Press, for the School of Oriental and African Studies, 1961.

Rty   R. Sutherland Rattray, *Hausa Folk-Lore*, 2 vols. Oxford, Clarendon Press, 1913.

Sm   M. F. Smith, *Baba of Karo, 1890 (ca.)–1951*. London, Faber and Faber, Ltd., 1954.

Tats   F. W. Edgar, *Litafi Na Tatsuniyoyi Na Hausa*, 3 vols. Belfast, 1910–13.

PART 1

Roman Script

1

Speed Versus Dodging

(I/2)

This is an example of the Tall Story (or Lying Tale; see, e.g., AT, pp. 509–521), a genre fairly common in African folklore. The essence of the genre—as of the Baron Munchausen stories in modern European literature—is ridiculous exaggeration. The stories usually involve a contest (see AT, pp. 353–359) between champions of two activities, in this case between the Champion Speedster and the Champion Dodger. No Hausa situation is complete without its *sarki*, nor can there usually be more than one in any given sphere of activity.

If we exclude *zo*, there are six examples in this piece of the *-o* suffix to verbs. For the tales, the usual explanation that *-o* indicates action in the direction of the speaker is, in most cases, inadequate. Rather, it may be that the storyteller is making the account more vivid by imagining himself on the spot at each stage of the narrative. This suffix is, at any rate, very common indeed in *Tats*.

Sarkin Zafi da Sarkin Bau'diya

Da sarkin zafi da sarkin bau'diya suka gama tafiya, sai hadari ya taso masu a cikin daji. Sai sarkin zafi ya ce da sarkin bau'diya "K'ak'a za mu yi da wannan hadari a cikin daji?" Sarkin bau'diya ya ce da shi "Ni, ina da dabara." Sarkin zafi kuma ya ce da shi "Ni kuma ina da dabara." Kamin ruwa shi taso, sai sarkin zafi ya yanko ciyawa, ya   5 yi bukka, ya shiga, ya fake ruwa. Ya ce da sarkin bau'diya "Ga tawa dabara."

Kamin ruwa ya sauko, sarkin bau'diya ya kur'da nan, ya kur'da nan tsakanin ruwa, har ruwa ya k'are. Sarkin bau'diya ya ce "Ga tawa

3

10 dabara." Sarkin zafi ya fito, ya zo k'ofar bukka, santsi ya kwashe shi.
Kamin ya fa'di, ya zaro lauje, ya yanki kaba, ya sak'a tabarma, ya
fa'di a kanta.

Notes

1   *zafi:* synonym for *sauri*.
   bau'diya: synonym for *gocewa*.
   gama: "share in" (a thing or activity), followed by a noun
or a verbal noun. Cf. *mun gama gida da shi:* "he and I shared a
compound."
   5   *kamin.* Normally followed by the subjunctive pronouns.
   shi. In western dialects, *shi* often replaces *ya* [yà] for the
third person.
   sai sarkin zafi, etc. The *sai* is redundant to us, but Hausa
uses this particle very freely indeed, even, to our ears, repetitiously.
   6   *ga tawa dabara:* "that's *my* stratagem."
   8   *kur'da:* "squeezed himself, slipped between" (the drops).
   10   *santsi ya kwashe shi:* the normal Hausa way of describing
the occurrence of a slip.
   11   *kamin ya fa'di,* etc. The first *ya* in this sentence is subjunc-
tive, the other four are narrative past [yá].

2

The Foolish Fellow
and the Two Bandicoots

(I/124)

This tale may be classified as etiological (see, e.g., M. J. and F. Herskovits, *Dahomean Narrative*, 1958, pp. 411, 418). Sometimes such tales explain the origin of natural phenomena, sometimes of local customs. This one concludes with a proverb and purports to explain how that proverb came into existence. Nomad Fulanis and slaves both tend to appear in the tales as stereotypes of rustic stupidity, and the slave of a Fulani would presumably be so a fortiori.

The student should note the high frequency of the particle *sai* in this piece; it occurs seven times in all. *Kuma* occurs once; no other particle—except, of course, *da*—occurs at all. Modern colloquial Hausa would have rather more variety. This tale is a fair example of the economy of Hausa style. Try to express *ya rasa ko 'daya* in only four words in English!

Wawa da Gafiya Biyu

Wani bawan Fillani, wai shi 'Baidu, ya 'dauki dagi, ya tafi wurin ramen gafiya, shina hak'a.

Ana nan, sai gafiya 'daya ta fito, sai ya yi wuf ya kama ta. Ya take wutsiyar da k'afa, ya sunkwiya kuma, shina ta hak'a. Sai wata gafiyar ta fito kusa da shi, bai same ta ya kama ba. Sai ya 'dauki 5
wannan gafiyar da ya take, sai ya jefi waccan da ita, sai suka gudu duka, ya rasa ko 'daya. Sai ya ce "Yau na yi biyu biyu, na jefi waccan da wannan, domin waccan ta fa'di in kama, na rasa duka."

Shi ne mutane su kan ce "Biyu biyu kamun gafiyar 'Baidu, biyun 10
banza ke nan."

5

Notes

2   *ramen*. Barg gives *rame* as Gobir dialect for *rami*. (Gobir is an area between Sokoto and Katsina, north of Kaura Namoda, whose capital nowadays is the town of Isa.)

       shina. Western dialects, continuous form of pronoun.

3   *ana nan*: "one being there," i.e., "time passed."

       wuf: an ideophone, expressive of quick movement. Note how such words, unlike the generality of Hausa words, are closed syllables, ending in consonants.

4   *wutsiyar*. The *-r* indicates that this is the tail of the bandicoot already referred to; i.e., *-ta* is understood.

       shina ta [tá] *hak'a*: "went on digging," as opposed to simpl "was digging" in line 2. This is the *ta* that is usually rendered "by way of" or "via."

       wata gafiyar: "*the* other bandicoot." *Wata gafiya* would have meant "*another* bandicoot."

5   *ya* [yà] *kama ba*.

6   *jefi waccan da ita*. In Hausa, one "throws target with missile" rather than the missile at the target.

9   *biyu biyu*: "two at a time, two at once." More usually, this is "two each."

3

An Unpleasant Choice

(III/188)

This tale is a Dilemma Tale (see Bry, p. 10), another common African type. The audience is left with a difficult question to answer: Should our hero do A or B? And, doubtless, considerable humorous discussion would follow on such a tale, in this case, with a certain element of cloacal ribaldry added.

The common *salga* of a Hausa compound is a large pit which, except for a small hole, is roofed over with wood and covered with earth.

Na Salga da Mai Dutsi

A cikin wani gida akwai babbar salga cike da tutu. Sai wani mutum ya tafi gurin salgan nan garin kashi, bai san ta ru'be ba. Sai ya zamna da k'arfin tuwonsa, sai ta 'burme. Sai ya abka iyakar ha'ba.

Sai mak'iyinsa ya tafo, ya zo, ya gan shi a ciki. Sai ya ce "Na rama." Sai ya 'dauko babban dutsi, ya jefo. To, shi, shina cikin kashi, sai dutsi ya tafo sosai kan goshin kansa.   5

To, da shi nutse a ciki, da shi tsaya, wanne ya fi? Wasu sun ce gwamma shi nutse, wasu sun ce gwamma shi tsaya; suna gardama, ba a samu mai gaskiya ba har yanzu.

Notes

1   *akwai.* It is more usual in stories, when referring to a past event, to have *an yi.*

     tutu. Kashi, which occurs in line 2, is much the commoner word for "excrement," and in fairly common use.

2   *gurin = wurin.* Before a person, it is obligatory to use
wurin (or perhaps *wajen*) after a verb of motion or of rest at, e.g., *ya
tafi wurin sarki, ya zauna wurin Audu* . For a place, nothing is in-
serted between it and the verb if the direction of movement is obvious,
e.g., *ya koma Kano, ta tsaya bakin k'ofa.* With other objects, such
as *salga* here, usage varies: sometimes a speaker will insert *wurin*,
sometimes not, probably according to the exact nuance of meaning he
wishes to convey.

    garin [gàrín]: "with the intention of."

    zamna. Western dialects for *zauna* (see Introduction, p.xvii

3   *da k'arfin tuwonsa*: i.e., "with great force." Perhaps the
thought behind this is that when you are full of *tuwo*, you are excep-
tionally strong! *Tuwo*, the daily cereal food, occurs in many proverbs,
as might be expected. There is probably some relationship between
this word and *ci*: "eat," *tuwo* being the main thing that one eats.

    abka. Western dialects for *auka.*

4   *na* [naà] *rama*: "I'll have my revenge."

6   *sosai kan*: "straight for." Cf. "keep straight on," *tafi sosai*
or *bi sosai.*

7   *da...da*: more usually, "both...and," but also, as here,
"whether...or."

    wasu. Western dialects mainly, but perhaps spreading.

9   *mai gaskiya*: "the one who is right."

4

The Husband
Who Counted Spoonfuls

(I/138)

A large number of Hausa tales are concerned with such marital problems as jealousy between fellow-wives (*kishiyoyi*), excessive suspicion on the husband's part of his wives' infidelity, and infidelity itself.

Here is a slightly unusual tale of a husband who had an irritating trait, presumably arising from excessive miserliness. Generosity (*karimci*, *alheri*) is very much appreciated by the Hausa, as by the Arab, and anything in the least like penny-counting frowned on. In fact, much of what we might call thrift is held to be meanness.

Once again, *sai* occurs five times in the first paragraph alone. Some of the *sai*'s do not need translation into English. *Kana* [káanà]: "only then, then and not until then," very often, as here, follows a clause that is introduced by *sai* and contains either a completed or a relative past pronoun, but *kana* is not a common word in modern Hausa speech.

Namiji Mai K'idan Marar Tuwo

Am ba mu labarin wani mutum wanda ya kasa yin amre sabadda k'idayan mara. Kowace mace ya amra, in ta kwana kamar bakwai a gidansa, sai ya bari ta gama tuwo tana shirin kwashewa, sai ya zo kusa da ita, ya tsugunna. Tana kwasa, shina k'idayan mara. Sai in ta gama kwasa, kana ya ce "Mara kaza kika kwashe yau." Sai ta k'yale wannan. Gobe 5 kuma shi sake, jibi haka, har ya kore ta. Sai wannan matar ta fita, ta tafi abinta.

Shina yin hakanan, har ran nan ya ji labarin wata mace, duka garin ba mai kyau kama tata. Sai ya tafi gidansu garin neman amre, ya ce

9

10 shina sonta da amre. Ta ce "Kayya! Ni ban k'i ka ba. Ko na amre
ka, abin da zai raba mu da kai, 'dai ne." Ya ce "Minene?" Ta ce
"Ba abin da ya 'bata ka sai k'idayan mara." Shi ko ya ce "In dai don
wannan ne, na bari har abada, tun da kika ce abin da ba ki so ke nan."
Ta ce "To."
15   Suka yi amre, ta tare, suna nan zamne. Aka yi kamar wata uku,
bai yi k'idayan mara ba, sai ran nan ya zo bakin gado, ya zamna. Ita
ko, matar, tana kwasar tuwo. Ta kwashe mara takwas ke nan, ta 'debo
ta tara, ba ta saka cikin k'wariya ba, sai aka kira shi a k'ofar gida.
Aka ce "Kai, Tagwayi!" Sai ya ce "Tara." Ita dai matar ba ta kula ba.
20 Tana ta kwasar tuwonta, har ya je, ya ji kira, ya komo. Kamin ya komo,
ta kwashe mara goma sha 'daya, ta 'debo ta sha biyu, ba ta saka ba,
sai ya ce da ita "Im ba don na ce da ke na tuba da k'idayan mara ba,
sai in ce ta goma sha biyu ke nan za ki saka." Sai ta ce "Ka fa'da
'dazu, na yi kamar ban ji ba, na k'yale. Cewa ni ke, mantuwa ka yi.
25 Ashe ka koma ma halinka ne." Ta ce "Yau amremmu da kai ya k'are.
Ni, ba ni amren namiji mai k'idayar mara." Sai ta fita, ta tafi, ba ta
k'ara komawa gidansa ba.
      Shi ko bai sake samun mace ba har ya mutu. Intaha.

Notes

1   *amre.* Western dialects for *aure.*
      sabadda. Western dialects for *saboda.*
      k'idayan. Hausas seem to vary freely between making ver-
bal nouns feminine or masculine. In this case, as very often, it makes
no difference phonetically: -*r* is always pronounced the same as the
first consonant of the next word, and -*n* followed by *m-* is heard as
[mm]. So, in the *ajami*, which is approximately phonetic, this could
not have been written as *k'idayar* before a word beginning with *m-*.
      3   *kwashewa*: "serving out," i.e., from a cooking pot (*tukunya*)
to an eating bowl (*akushi*) or a calabash (*k'warya*).
      4   *tana kwasa, shina k'idayan.* Two actions going on contem-
poraneously are thus rendered in Hausa where English requires a
"while."
      mara [máaráa].
      5   *kaza* [kàzáa].
      6   Sc. *yi* after *shi sake.*
      kore. This does not mean that he literally drove her away,
but that his habit maddened her to such an extent that she went back
to her parents' home.
      9   *ba* [baà] = *babu.*
      mai kyau. In the tales, *kyau* is more often "beauty" than
"goodness" (*kirki*). For the dual connotation, cf. "fine" and "fair"
in English.

kama tata: would in modern Kano Hausa probably be
kamarta. The short form of the genitive copula survives in this use—
immediately after the noun possessed—mainly in words for relatives,
e.g., *mata tasa, uwa tasa.* In these, perhaps the zero form (*r/t*) is
felt to be rude.

> *gidansu*: "her home."
> *garin* [gàrín]: "with the intention of."

10   *ko na amre ka*: "even if I do marry you."
11   *'dai = 'daya.*
13   *na bari har abada*: "I'll never do it again." *Bari* here is
used in a much stronger sense than in line 3, i.e., "give up completely,
cease."

15   *tare* [taarè].

> *suna nan zamne*: "they lived together for a while."

16   *bakin gado.* There being no chairs in a traditional Hausa
compound, the master of the house would sit either on a mat or on the
edge of the bed (probably a raised platform of clay). Women often use
small stools.

18   *saka* [sakà].

> *aka kira shi a k'ofar gida*: probably from the *zaure*, which
is set at the entrance to the compound. Callers would not normally
come further into the home than that.

19   *Tagwayi.* Edgar notes that this is a name. There is a ten-
dency in these tales for the characters to be anonymous, usually being
stock figures such as the Husband, the Wife, and the Paramour. So,
to introduce a·name like this, especially without warning in the middle
of the tale, seems strange. Perhaps the point of doing so is that the
call completely took the husband's attention, caught him off his guard,
and so led him into careless speech that revealed that he was still at
his old tricks. (Perhaps he said *Tara* out loud to impress it on his
memory while he was away answering the call.)

> *ba ta kula ba*: "paid no attention"—though, as becomes
clear shortly, she had heard.

20   *tana ta kwasar*: "went on serving out." See No. 2, note
to line 4 for this use of *ta.*

22   *tuba*: originally a strong word for what a pagan does when
he sees the light and becomes a Muslim or for what a Muslim who has
erred does when he sees the error of his ways. *Na tuba* is still not
in common use for "I'm sorry"; in fact, the English-derived *sori* is
heard among the sophisticated these days. There is a certain jocularity
in using so strong a word for so mundane an offense—which is in
keeping with the general tone of the tale.

24   *mantuwa ka yi.* A common sentence, but the origin of the
-*u*- is a little perplexing. Normally, of course, it has a passive con-
notation, e.g., *yana yiwuwa*: "it is possible"; *yana 'daukuwa*: "it is
liftable." Probably *mantuwa* was once *mantawa*, and the middle -*a*-
became -*u*- by assimilation to the [w].

25   *ashe*: a good example of the use of this word, "so it seems, after all, that."

ka koma ma halinka. In western dialects *ma* is very generally used before nouns as well as before pronouns. In modern speech the particle here might be omitted altogether.

28   *intaha*: Arabic, "it is finished." The usual formula for ending a tale is *k'ungurus kan kusu* (see, e.g., No. 12, line 145), but in these written versions, the scribes frequently omit initial and final formulas or use something rather briefer (and more worthy the dignity of a scribe!), as here.

5

Mothers-in-Law

(III/170)

Here is another Dilemma Tale, like No. 3, but with the added ingredient of the mother-in-law, who occurs in folklore the world over as an object of dislike.

The well is as noticeable as a focus for tale and tradition as it is important in African life. A village cannot come into existence or continue without it. Founding legends in western Africa often include wells as important ingredients; cf. the well-known Daura legend (No. 21) and the tradition of Malik Sy in the Senegal kingdom of 'Bundu (*'bundu*: "well" in Poular).

There is considerable humor in the final scene for any reader with imagination.

Namiji da Matassa da Uwassa da Surukuwa Tasa

Wani namiji yana tafiya da matassa da uwassa da uwam matassa, su hu'du. Suka tafi, k'ishiruwa ta kama su, saura ka'dan su mutu. Suka samu rijiya, ba su da guga. Suna so su yi dabara su sha ruwa. Uwar mata ta ce "Bari in shiga. Ke, uwam miji, ki kama k'afata; in na cim ma ruwa, in 'debo. Idan ban cim ma ruwa ba, 'danki ya kama k'afakki. 5
Idan ba mu cim ma ruwa har yanzu ba, 'diyata ta kama k'afam mijinta, mu 'debo ruwa mu sha." Suka yi haka.

Sai ita, yarinya, ka'dai tana kame da k'afam mijinta. Sai ta ji facam, ta ce da mijinta "Me na ji kamar fa'duwar abu?" Ya ce "Ina tsammani uwakki ta kubce a hannun uwata, ta fa'da a rijiya." Ta ce 10
"Babu laifi, sau uwakka, su tafi; ni kuma, in fisshe ka, mu tafi. In ka k'i, in sau ku duka, in tafi abina." To, mi za ka yi?

13

Notes

1   *matassa, uwassa.* Western dialects have a particular fond-
ness for gemination (the doubling of consonants). In this case, with
the tendency of the *-r* to assimilate to the following consonant, many
Kano people might also pronounce these words in this way.
3   *samu* [sàamú]: alternative to *sami* before a noun object,
and used perhaps more frequently.
    dabara: often *dibara* in western dialects. For the meaning,
see No. 1, note to line 6.
4   *uwam miji.* It is purely a literary convention that allows
the characters here to address each other by the terms that exactly
describe their relationship. In fact, Hausa speech is full of avoidance
taboos in this matter.
5   *cim ma*: normally, for catching up with a moving object;
here it means reaching a stationary one.
    k'afakki. See note to line 1.
6   *har yanzu*: "still, even then." Students should beware of
associating *yanzu* too exclusively with the English "now" in their
minds.
8   *kame* [kàamé] *da*: "in a state of holding."
9   *facam*: presumably, the same as *facal*, an ideophone (see
No. 2, note to line 3 on *wuf*). *Funjum* more commonly corresponds to
our "splash," but both Barg and Abr suggest that the former sound
represents the noise of a fall into *shallow* water.
    fa'duwar. For the *-u-* in a verbal noun of this sort, see
No. 4, note to line 24 on *mantuwa.*
10   *tsammani.* Hausa uses this word far less frequently than
English uses "think." The common Hausa equivalent of "I think" is *na*
[ná] *ce. Tsammani* (often *tammaha* in western dialects) implies con-
siderable doubt or mere supposition (see Introduction, p. xv).
    kubce = *ku'buce.*
    fa'da. Distinguish between *fa'di* [fáa'dì]: "fall," and *fa'da*
[fáa'dà] (with or without the following particle *a*): "fall into."
11   *babu laifi*, or *ba kome*: "no great harm done, no matter."
    sau = *saki* here.
12   *sau* = *sake* [sàkée] here.
    mi za ka yi? Addressed to the audience, as usual at the
end of a Dilemma Tale.

6

The Malam
Who Ate Forbidden Food

This tale is one of a number of tales in *Tats* about encounters between *Maguzawa* and either malams or *alk'alai*. *Bamaguje* (pl., *Maguzawa*) is the name given to Hausa-speaking people in the Katsina, Kano, and Sokoto areas who have not accepted Islam. The point of the stories is usually that the *Bamaguje* acts in a way offensive to Islam, but nevertheless shrewdly tricks the malam into approving his actions, usually by superior ability at Hausa wordplay. Or, as here, the malam even joins in the offense. In this tale, too, words are involved, the malam mishearing [cí kàréená] as [cíi kà réenà]. A common variant of the tale makes it a Gwari whose mispronunciation leads the malam into error.

It is surely an indication of the Hausa sense of humor that such stories are recorded with zest by malams themselves. The stories are presumably reflections of a time when, for the majority of people, Islam was hardly taken seriously as their religion. One may compare these with tales about the parson in American Negro folklore.

Malami da Bamaguje

Wai, kwanakin yunwa wani malami ya tashi za shi tafiya. Shina tafiya, sai ya sauka gidan wani Bamaguje. Bamaguje ya ce "Maraba, malam." Suka yi gaisuwa. Sai ya yanka kare, ya yi miya da shi, ya saka tuwo, ya kawo ma malami.

Malami shina cin tuwo, sai Bamaguje ya zo ya zamna kusa da   5 malami, ya ce "Malam, kada ka ci karena." Malami ya ce "Ai, ba na rena ba, na gode." Malami bai gane ba. Bamaguje shina cewa "Malam, kada ka ci karena." Malami shina cewa "Ai, ba na rena ba."

15

Ashe malami naman kare shi ke ci. Sai da ya gama cin tuwo, kana
10 aka ce "Malami kare ka ci." Sai malami ya tofar da miyau, ya riga ya
ci naman kare.

Notes

1   *yunwa*: both "individual hunger" and "communal famine."
za shi tafiya. Before it came to indicate futurity, *za* appears
to have been a verb meaning "go" (cf. the English use of "going to").
And even now it is common usage for *za* [zaà] with a following pro-
noun and no verb to mean "go." Thus, *za ni Kano*: "I'm going to
Kano" and, here, *za shi tafiya*: "he was going on a journey."
3   *suka yi gaisuwa*: the usual exchange of inquiries about
health, journey, family, news, and so forth, involving much use of
the word *lafiya*.
4   *ya kawo ma malami*. Kano Hausa would have *wa* for *ma*.
6   *ba na* [naà] *rena ba*.
9   *ashe malami naman kare shi ke ci*: the crux of the story,
the juxtaposition of "malam" and "dog's flesh" underlining the shock-
ing event. The precedent object *nama* demands the relative form of
the pronoun (i.e., with *ke* rather than with *-na*).
kana. See No. 4, last paragraph of introductory note.
10   *Malam*, or, more often, [máalàŋ]: the form of the word used
(a) to address a malam, and (b) to refer to a particular malam, using it
as a title. Thus, *malami ne*: "it's a malam," but *malam* [máalàŋ] *ne*:
"it's the malam."
kare ka [ká] *ci*.
tofar da miyau: presumably, as an attempt to purge him-
self of the uncleanness. The anthropological significance of spitting
is considerable (see, e.g., Frazer's *Golden Bough*). Spitting occurs
again in *Tats* at least once, in a Tall Story where a malam and a
grass cutter are competing in *dabara* to get across a flooded river.
The malam's way is to take his staff, spit on it (thus giving it magic
power), and strike the water. Whereupon the water divides and he
passes over dry-shod.
ya riga. Modern Hausa would surely require some sort of
connective here such as *amma* or *domin*.

7

Spider and
the Foolish Boy

(I/83)

Gizo, Spider, occurs in many of the tales as the trickster-hero, play-
ing the part of Fox in the European folk tales. He is mostly involved
with other animals great and small, but not infrequently, as here, with
humans. He is also not confined to Hausa tales alone, but features
in African folklore on both sides of the Atlantic (see, e.g., A. W.
Cardinall, *Tales Told in Togoland*, London, 1931, and Ruth Finnegan,
Limba Stories and Story-Telling, Oxford, 1967, pp. 299–314).
    This story exemplifies several common traits of the Spider Tales:
his greed, especially for meat; his capacity for lying; the existence
of his wife, *K'ok'i*; and the fact that as often as not he is stupid enough
himself to get tricked—in this instance by a simpleton.
    'Dan Wawa, the Foolish Boy, the Numskull (see AT, pp. 374–400),
occurs in a few tales in *Tats*, sometimes as an *enfant terrible* (see
No. 14), sometimes as the child born to a woman long childless whose
prayer for offspring has been heard.

'Dan Wawa da Gizo

'Dan wawa dai ke nan, iyayensa suka bar shi jiran gida. Suka ce
masa "Za mu gona. In ka ga an jima ka'dan, ka dafa muna wake, in
mun komo ma ci." Ya ce "To."
    Da suka tafi, sai ya 'dauki wake, k'waya guda, ya saka cikin
tukunya babba. Ya zuba ruwa tulu guda, ya girka, ya yi ta sa wuta,   5
yana hura wuta. Har yamma ta yi, iyayen suka komo daga gona. Suka
ce "Ina waken da ka dafa?" Ya ce masu "Ga shi nan a cikin tukunya."
Suka duba, sai suka ga wake, k'waya 'daya, a cikin tukunya. Suka
ce masa "Gobe ka 'diba da yawa, ka dafa mamu, ka ji?" Ya ce "To."

17

10   Kullum yana 'diba kamar yanda suka ce, shina dafa masu. Gidan
kuwa bareyi suna zuwa suna 'barna, har dai gizo ya zo, ya gani. Ya
ce "'Dan wawa, bareyi ne su ke zuwa gidanku?" Ya ce "I." Ya ce
"Gobe na zo maka da tarko, mu kama su. Ka ji, 'dan wawa?" Ya ce
"To."
15   Gizo ya koma gida, ya 'dauko tarko. Da zai zo, sai ya zo da jaka
da taiki. Suka hak'a tarko, suka kama bareyi goma sha biyu. Suka
fe'de su duka. Rana ko ta yi ja, za ta fa'di, sai gizo ya ce ma 'dan
wawa "Ka ga wuta can? Tafi, ka 'debo." 'Dan wawa ya ce ma gizo
"Tafi kai, ka 'debo! Kamin ka komo in zuba maka nama a cikin
20   taikinka." Gizo ya ce "To." Ya tafi 'diban wuta.
'Dan wawa ko ya kwashe nama duka, ya zuba a cikin rumbu, sai
tsoka 'daya ya bari. Sai ya 'debi tuk'a, ya zuba masa a cikin taiki.
Ya 'dauki tsokan nan, ya sa daga bakin taiki. Ya 'damre bakin taikin.
Jakar gizo kuwa tana gani sa'an da 'dan wawa ya ke zuba tuk'a a cikin
25   taiki.
Gizo ya komo, ya ce "Ban samo wuta ba." Ya ce masa "To, mu
'dauki taikinka, mu aza maka bisa jakarka, ka tafi. Dare ya yi." Gizo
ya ce "To." Suka aza ma jaka taiki. Gizo ya kora jaka tasa, ya tafi.
Shina tafiya, sai jaka ta rik'a cewa "Da tuk'a, da tuk'a mu ke
30   tafe." Gizo ya ce da jaka "Ke, bari cewa 'Da tuk'a mu ke tafe'! Ki
ce 'Da tsokokin nama mu ke tafe.'" Har suka iso gida, sai kyanwar
gizo ta gan su, sai ta rik'a kuka "Inyau, inyau." Sai gizo ya ce mata
"Yau kya ci nama, har ki bar shi." Ya 'dauki tsokan naman nan da ke
bakin taiki, ya jefa mata, ta 'dauka. Sai ya ce da K'ok'i "'Dauko
35   akusa, mu zube nama." Ta 'dauko akusa, za su zube, sai suka ga tuk'a.
Sai gizo ya ce "Ashe 'dan wawa haka ya yi mani."
Ya koma gidan 'dan wawa, ya iske shi ya yi fututu da toka. Gizo
ya ce "Salamu alaikum!" 'Dan wawa ya ce "Alaika salamu!" Ya ce
"'Dan wawa, ashe haka ka yi mani." 'Dan wawa ya ce "Bari! Ashe
40   bareyin nan da muka kama, bareyin sarki ne. Ga shi, an kira ubana,
an ce da shi, 'Ina bareyin da 'danka ya kama? A kawo su maza, na
sarki ne.' Ni ban san yanda zan yi ba." Sai gizo ya ce "Allah shi
sauk'ak'a! Na nufi." Shi ke nan.

Notes

2   *za mu gona.* See No. 6, note to line 1 on this use of *za*.
muna (and *mamu* in line 9). Western dialects for *mana*.
4   *wake*: as with most Hausa words for grains or bulk food-
stuff, this can be either singular or plural, according to context.
Hence in this tale the possibility for misunderstanding which could
not have arisen in English.
5   *tukunya babba* = *babbar tukunya*.

sa wuta: "place hot embers"; *hura wuta*: "blow up the embers." So, nowadays, when as likely as not you use a match *hura wuta* comes to mean "light a fire." Contrast *kunne fitila*.

9   *'diba*. The *-i-* in this verb changes to *-e-* when the second syllable has *-e*, *-i*, or *-o*. See Abr.

mamu. Western dialects for *mana*.

10   *kullum yana 'diba*. Very commonly the "continuous" pronoun forms express regular recurrence rather than continuing action. The same is true of the word *kullum*, which, though given as "always" in the dictionaries, is far more often to be rendered as "regularly" or "every day." The last translation, in fact, is the literal meaning of the Arabic phrase from which the word derives.

yanda = yadda.

13   *gobe na* [naà] *zo*.

16   *taiki*. The size of this skin pannier is the point of the proverb *ina akwiya za ta da kayan taiki?* "large loads need large carriers."

18   *ka ga wuta can?* This motif—telling someone that the setting sun is red-hot embers and asking him to fetch them in order to get him out of the way—occurs in several tales, sometimes as a stratagem to escape from a *dodo*.

21   *zuba*. The stock translation, "pour," will often fail to render this word, as here. You can even *zuba* a horse into a stable! See Abr.

rumbu. One does not, of course, store meat in a tropical climate thus, but to say that he did adds to the general fantasy of the tale. A *rumbu* is a fairly large container and would probably accommodate the meat of twelve gazelles without too much difficulty. It is also the common hiding place in the tales, especially for the mortal who has strayed into the *dodo*'s compound and has to be hidden from the *dodo* by his human wife (as in No. 10). The motif of large quantities of meat occurs fairly frequently too.

22   *tuk'a* [tùk'áa]: "contents of ruminant's stomach."

ya zuba masa. C. H. Kraft calls this *ma-* prefix a "benefactive." Here is a case—and it is not an uncommon one—where such a name is hardly appropriate; *ma-* and *wa* merely introduce the person indirectly affected by the action of the verb, whether to his advantage or disadvantage being irrelevant.

23   *daga bakin taiki*. Here, *daga* is simply "at."

27   *ka* [kà] *tafi*.

28   *jaka tasa*. See No. 4, note to line 9 on *kama tata*.

29   *da tu'ka, da tuk'a*, etc. The woman telling the story would sing this little refrain, and in some longer variants it would be repeated several times in the course of Spider's journey home. In the tales, important messages conveyed by animals and birds, usually to humans, tend to be sung, as are open sesames and other such key formulae. See beginning note to No. 12.

31   Sc. "this continued" before *har suka iso gida*.

32   *ta rik'a kuka "Inyau, inyau."* *Kuka* can be any plaintive noise and covers the English "squeak," "howl," "whine," "bleat," etc. *Inyau* is an attempt—as we use "miaow"—to give a closer approximation to the noise.

33   *har ki bar shi*: "and even leave some."

37   *fututu = furu-furu*, perhaps: the equivalent of sackcloth and ashes to indicate his sorrow at the position in which he found himself.

42   *Allah shi* [i.e., *ya*] *sauk'ak'a* [or *sawwak'a*]: what one says on being told of most calamities. Anyone present adds a heartfelt *Amin*.

43   *na nufi*: "I intended [it]."

8

Spider and
the Crown Birds,
the Fishes, and the Lion

(I/3)

This is another Spider Tale, variants of which are to be found in the collections of A. Mischlich (*Neue Märchen Aus Afrika*, Leipzig, 1929) and A. J. N. Tremearne (*Hausa Superstitions and Customs*, London, 1913) as well as in Rty. It is, like most folklore, made up of a number of motifs which recur elsewhere in the tales. Is it perhaps significant that Spider's three adventures here take place in each of the three elements, air, water, and earth?

More of Spider's traits emerge in this tale: he is a trouble-maker, preventing the crown birds from eating the '*baure* figs; he is destructive, burning the crocodile's eggs; he is ungrateful, trapping the fish who have brought him to the bank. One might be tempted to add that he is a sadist from the way that he treats the Lion except for the fact that the African attitude towards the infliction of physical suffering is perhaps different from our own, and to speak of "sadism" would be to introduce a Western concept.

Gizo da Gamraki da Zaki

Wata rana gamraki guda goma sha biyu suna tafiya wurin cin 'baure a tsakiyar gulbi. Daga nan sai suka biyo ta gidan gizo. 'Baure 'daya ya fa'di cikin gidan gizo; sai ya ce da su "Ku gamraki, ku tsaya!" Suka tsaya. Ya ce da su "Ku gamraki, ba ku tafi da ni ba wurin cin 'baure?" Suka ce da shi "Kai gizo, ba ka da fukafukai." Ya ce da su 5
"Ku figo mani naku 'dai 'dai." Kowa ya figo masa gashin fufuke nasa.

Daga nan suka 'dauke shi, suka tafi da shi wurin cin 'baure. Sai shi, gizo, ya hana su cin 'baure. Su kuwa, sai suka kar'be fukafukansu,

21

suka tashi, suka bar shi nan bisa 'baure, shina barci. Sai ya tashi
10 daga barci, ya yi mik'a zai tashi, sai ya fa'di a cikin gulbi.
A cikin gulbi kuwa da wani babban gari; sai ya fa'da ciki. Ya ce
da mutanen gari "Salamu alakum!" Suka ce da shi "Maraba da bak'o!"
Sarkinsu ya ce a kai shi 'dakin kifi. Yana zamne. Ya ce da sarkin
ruwa "A kawo mani yara in koya masu karatu." Aka tara masa yara.
15 Ya fura wuta a makaranta.
Ashe ya ga kada ya yi k'wai guda goma. Sai ya 'dauko k'wai
d'aya, ya sa a wuta, ya ce da yara "In kun ji fus ku ce,'tusar bak'o,
tusar bak'o.'" Yana yin hakanan har ya canye k'wan kada goma. Sai ya
ce da su "Ku gaya ma sarkin ruwa shi sa a kai ni gida." Aka gama shi
20 da kifi guda goma, su kai shi gaci.
Da suka kawo shi gaci, sai ya ce da su "Ku fito tudu-tudu, mu yi
wargi na shiga jikka." Suka fito. Ya ce da su "In na shiga, kada ku
buga." Ya shiga, ya fito, ya ce da su "Ku kuma ku shiga." Da suka
shiga cikin jikka, sai ya 'darme bakin jikkad da kifaye suna ciki. Ya
25 fura wuta, yana gasawa. Ya gasa ke nan, sai ga zaki. Ya ce da shi
"Gizo, salamu alaikum!" Ya ce da shi "Wan dawa, maraba da kai!"
Zaki ya ce da shi "Ba ni kifi." Ya amshe kifaye. Daga nan ya rik'a
kuka da hawaye. Zaki ya ce da shi "Kai gizo, domin kifi ka ke kuka?"
Ya ce "A'a, hayak'i ne."
30 Suna nan zamne, sai zabuwa ta tashi. Sai ya ce da zabuwa "Ka
gan ta mai rashin kumya, kaman ba ni na yi mata zane ba." Sai kuma
fakara ta tashi. Ya ce "Ka gan ta? Ita kuwa, ina shirin mata zane,
ta tashi." Zaki ya ce da shi "Kai gizo, kana zane ne?" Ya ce da shi
"Ina zane mana." Ya ce da shi "K'ak'a za ka yi mani wannan zane?"
35 Gizo ya ce da shi "Nemo k'irin sa." Ya kawo masa k'iri.
Gizo ya kama zaki, ya 'damre jikin itace. Ya sa 'dan bida a wuta,
ya yi ja wur, ya lik'a jikin zaki, ya yi masa lallas, ya gudu daga nan.
Sai gara ta tafo, ta ce da zaki "Ku mutane, halinku da wuya, in an yi
maku rana, ku kan yi dare." Ya ce da ita "Ba na yi maki dare ba."
40 Sai ta taushe k'iri. Zaki ya tashi.
Ya tafi neman gizo. Gizo, da ya ji labari zaki yana nemansa, sai
ya 'dauki mushen gadad da ya bushe, ya sa jikinsa. Ya gamu da zaki.
Ya ce da shi "Ke gada, ko kin ji labarin gizo?" Ta ce da shi "Kai
zaki, gudu! Ka ga, in ya harari mutum, sai shi lalace ko shi mutu.
45 Na gaya maka ke nan." Sai zaki yana gudu.

Notes

1   *gamraki.* Western dialects for *gauraki.*
goma sha biyu: as were the gazelles in the last tale.
wurin. See No. 3, note to line 2.
'*baure*: one of several varieties of *Ficus* common in the
western Sudan.
2   *biyo ta*: "came here by way of."

6 *'dai 'dai = 'daya 'daya.*
fufuke = fiffike (pl., *fukafukai*).

7 *daga nan:* as well as in its literal meaning of "from there," is also commonly used, as here (and in line 2), to mean "next" and to give some variety from *sai.*

8 *ya hana su cin 'baure.* One should never forget that these tales were written down for the first time in *Tats* and that writing is a far more laborious affair than talking, so the scribes have often telescoped incidents into a single sentence such as this one. Comparison with the variants indicated above will reveal several such occurrences.

kar'be. The *-e* indicates that they took their wings back, *away* from Spider.

9, 10 *tashi:* differs slightly in meaning in its occurrences here: in the first and third it is "fly away, take off"; in the second it is simply "rise, get up."

11 *da wani babban gari.* Here, as often, *da* for *akwai.*
fa'da. See No. 5, note to line 10.

13 *yana zamne.* Typical of the laconic style of these tales. Probably the nearest modern English can get to this is "he settled down and stayed some time there."

sarkin ruwa: possibly the *sarkinsu* at the beginning of line 13, but more probably the title is, as usual in a riverain Hausa village, that of the head ferryman.

The cunning Spider here behaves like a Koranic malam arriving in a village. The large fire is normal for the Koranic schools, which are held out-of-doors and right through the cool, dry season. As study continues during hours of darkness, the boys can use the glow to light their writing boards (*allo*). They can also roast sweet potatoes and cassavas gleaned from the fields in the embers as they sway backwards and forwards, chanting their lessons.

15 *fura wuta.* See No. 7, note to line 5 on *sa wuta.* Modern orthography writes the bilabial fricative as *h* before *u* or *o* generally; so here, *hura* would be correct.

17 *fus:* approximately, "pop." The point of the stratagem was to conceal—from the crocodile presumably—the fact that her eggs were being destroyed.

tusar bak'o. As for Arabs, the breaking of wind is excessively shocking for Hausas. There are one or two tales whose point lies in the unbearable shame caused to someone who inadvertently breaks wind. So here—apart from the unholy glee of the storyteller in speaking about it—the point of this is that the crocodile would be far too well-bred to make any further comment, especially when a guest was involved. This little, repeated phrase would probably be chanted by the storyteller (see No. 7, note to line 29), and doubtless, once again, the next sentence beginning *yana yin hakanan* would for many

tellers become ten separate incidents, each introducing the delight-
fully shocking refrain.

21   *ku fito tudu-tudu. Tudu* is dry land, as opposed to water.
The point of the repetition is to weaken it, i.e., "just a little way on
to the dry land." Spider was tempting them but knew how fearful they
would be of the strange element.

22   *wargi.* The "entering-bag game" is a motif of trickery that
occurs in several stories.

kada ku buga: i.e., he made sure that the gullible fish
didn't play any tricks on him when he was in the bag.

24   *'darme = 'damre.* Western dialects for *daure.*

jikkad da. See No. 5, note to line 1 on gemination.

suna ciki. After the relative *da* it would be normal in mod-
ern speech to have *su ke.* Perhaps the idea is to emphasize the con-
temporaneity of the tying and the fish being inside, so that in the
speaker's mind the construction approaches that remarked on in No. 4,
note to line 4.

25   *gasawa* [gásàawáa]: "grilling" or "barbecuing."

sai ga: "when up comes."

zaki: the lord of the bush. In the Animal Tales, he plays
the role of the *sarki* feared by all, who rejoice to see him tricked and
humiliated from time to time.

26   *wan dawa* [waǹ dáwà]: "Big Brother of the Bush," an honor-
ific. The Lion, being a *sarki*, is frequently addressed with an honorific
such as this or *manyan dawa*, another common one.

27   *ya rik'a kuka.* i.e., Spider.

Kuka has so many connotations (see No. 7, note to line 32),
that if you wish to make it clear that sobbing was involved, you must
add *da hawaye.*

28   *kai gizo*, etc.: another stock question and answer that oc-
curs in several stories in similar situations.

Spider's playing on the lion's vanity, pretending that he
(Spider) was responsible for the guinea fowl's markings, and getting
the lion to ask him to give him some too, is another motif that occurs
elsewhere, complete with the subsequent branding of the lion (cf. AST,
No. 8A).

31   *mai rashin kumya*: would in modern Hausa be *maras* [máràk]
kunya. It is not clear what the guinea fowl's shamelessness consisted
in. Perhaps it was in not evincing gratitude to Spider.

kaman. There appears to be free variation even in the speech
of a single Hausa speaker in the matter of the genitive suffix used
with *kama* [kàmáa]. That is, *kaman* and *kamar* appear to be used in-
differently, but it is possible that research will indicate some guiding
rules.

zane [zàanée].

32   Sc. *yin* after *shirin.*

33   *ta tashi.* Modern speech would commonly insert *sai* before the *ta.*

kana zane ne? Sc. *yin* after *kana.*

35   *k'irin sa*: the strongest sort of rope (as opposed to that made from bark), which would be needed to hold a lion.

38   *gara* [gàráa]. The ensuing motif seems to be analogous to the fable of the Lion and the Mouse: the small freeing the very large.

ku mutane, etc. The termite was hesitant to release so large a force for evil, and uses a metaphor to describe the usual ingratitude of men. This metaphor occurs elsewhere in the tales, which reinforces the impression that it is a little out of place here. To be artistically justified, there should be a sequel in which the lion either proves or disproves the truth of the sentiment.

39   *ba na* [naà] *yi.*

44   *harari*: "fixes with his eye."

45   *na gaya maka ke nan*: "don't say I didn't warn you!"

yana gudu. Ya gudu would be more natural, but perhaps the point is that he ran off and is still running!

9

The Power of Persuasion

(I/34)

The theme of this tale is closely paralleled in an Amharic one. There is also a very similar one elsewhere in *Tats* (III/58) where it is the Jackal, the "malam of the bush," who seeks advice from a malam as to how he may become still more cunning. The bush cow is said to be the fiercest, most cunning beast in the bush.

Although it ends with a proverb, this tale does not impress one as being primarily an etiological one; rather, the etiological element seems to have been added to an original core.

Mace da Malami da 'Bauna

Wata mace dai ke nan, ta tashi, ta tafi wurin wani malami. Ta gaishe shi, ta ce "Malam, ni dai ina so ka ba ni magani in mallaki mijina." Ya ce da ita "To, na ba ki, amma sai ki nemo nonon 'bauna." Ta ce "K'ak'a zan sami nonon 'bauna?" Ya ce da ita "Ke dai, ki san dabarar
5 da ki ke yi ki samo nonon 'bauna." Ta ce "To."

Sai ta tashi, ta samo dussa gami da kowar wake, ta gauraya. Ta 'dauka, ta tafi cikin daji, tana yawo, har ta zo inda 'bakane su ke kiwo. Ta tsaya a nan, ta ajiye dussa.

Tana nan sai ga wata 'bauna ta zo, mai fa'da. Ta zaburo mata, za
10 ta kashe ta. Sai ta ajiye mata dussa, ta gudu. 'Bauna, da ta ga dussa, sai ta canye, ta koma cikin daji. Sai ta 'dauki k'wariya tata, ta koma gida.

Da gari ya waye, ta sake nemo dussa da kowar wake, irin na jiya. Ta 'dauka, ta tafi ta ajiye, har 'bauna ta komo daga wurin kiwo. Sai
15 ta ga dussa, ba ta taso ma mace da fa'da ba, har ta ci dussa, ta koma cikin daji. Mace ta komo gida.

26

Tana yin hakanan kullum-kullum, har ta saba da 'bauna. Ran nan
ta sake kai dussa. Da 'bauna ta zo, tana cin dussa, ita ko mace tana
twatsan nono. Kamin 'bauna ta gama cin dussa, mace ta twatsi nono.
Sai ta kawo wurin malami, ta ce "Malam, ga nonon 'bauna na   20
kawo." Malami ya ce "Ke, k'ak'a kika yi kika sami nonon 'bauna?"
Ta ce "Girma da arziki da lallashi." Malami ya ce "To, abin nan da
kika yi kika sami nonon 'bauna, in kin tafi, kin yi ma mijinki, kya
mallake shi." Ta ce "To."
Ta tashi, ta tafi gida, ta rik'a neman abinci mai da'di, tana ba   25
shi a 'boye, shina ci. Kullum-kullum tana lallashinsa, har ta same shi
daidai, ta mallake shi.
Sabadda hakanan mutane suka ce "Girma da arziki wadda ta sa
jan sa da abawa."

Notes

1   *dai.* This word usually bears some reference to something
said before, so is unusual at the start of a tale. If it does occur at
such a place, however, it is often in a sentence like this to mean
"there was once."
2   *magani.* Hausa "medicines" are of many sorts, those most
popularly sought from malams being diluted ink of a Koranic verse
written and then washed off.
3   *na* [naà] *ba ki.*
4   *ke dai, ki san,* etc.: "think up some stratagem." *Sani* in an
imperative sense is perhaps a little unusual.
6   *gami = game.*
kowar wake: really a tautology, as *kowa* [kóowà] means
"bean pods."
7   *'bakane,* plural of *'bauna* (< **bakna*).
9   *mai fa'da* [fa'dà]: "fierce." Commonly nowadays *mafa'daci*
is heard.
ta zaburo, etc. The rapid change of subjects, when they
are both feminine, makes this paragraph a little obscure.
17   *kullum-kullum.* See No. 7, note to line 10.
ran nan: "there came a day when."
19   *twatsan.* Western dialects for *tatsan.*
22   *girma da arziki* [= *azziki*]: lit., "respect and good fortune,"
i.e., without any disrespect or upsetting of prosperity, or "in proper,
peaceful fashion." This is a common phrase, as the concluding proverb
demonstrates, to which in this sentence *lallashi* is added, which more
closely defines what the woman did.
26   *a 'boye*: "in secret"—applying not so much to the giving as
to her purpose in giving.
ta same shi daidai: "she got him just right," i.e., had him
where she wanted him; but this seems somewhat unusual Hausa.
29   *jan sa da abawa*: "leading a bull with cotton thread" (proverb).

10

The Girl

Who Married a *Dodo*

This tale is of a genre that corresponds to our Fairy Tales (see Bry, p. 9). In Hausa this type of tale usually involves a *dodo*, which plays the role of the ogre.

This genre must contain some of the oldest material, for motifs occur in it that are found all over the world; such a wide diffusion necessitates a long period of time. In this tale, for example, we have the fee-fo-fi-fum motif of the ogre scenting the human (the ogre, incidentally, being married to a human wife); the beanstalk motif of the gourd; and also the motif of dropping three leaves from a tree to attract the attention of one's relative whom one is seeking in a strange place (which also occurs in the Polynesian myth of Maui).

There is a minor etiological element at the end of this tale where we are told that river spirits originated by the *dodo*'s jumping into the river. There are several other minor motifs, such as the task set the heroine of sorting out the mixed grain.

Also typical of this genre are the formulaic phrases: the exchange when the girls are trying to get the heroine to go into the well; the exchange with the *dodo* when he fishes her out; the exchanges with the *dodo* at the end; and the fee-fo-fi-fum passage. All these are formulaic in the sense that each is not particularly logical or meaningful but must be repeated with the particular incident, perhaps itself lifted from some other tale where it may have had more meaning. Sometimes, as with the conversations with the *dodo* on the road, words of now-unknown meaning are used. Probably the only phrases that would be sung in this tale are these last, when the heroine and her brothers are escaping.

This tale is also noteworthy as being one of the very few in *Tats*

28

where we have not only the common ending-formula, *k'ungurus kan
kusu,* but also the long rigmarole that succeeds it (which is mentioned
in Rty, Introduction).

Dodo da Mata Tasa

Wata yarinya mai kyawo, ita ke nan ga uwa da uba, babu wata sai ita.
Duk garin ta fi 'yammatan garin nan kyawo. Sai 'yammata suna jin
ciwo ta fi su kyawo. Sai suka zo suka gama baki, su 'yammatan garin
nan. Suka ce su tafi da ita daji, su kashe ta. Sai suka zo suka yi
kiranta.   5
 Uba kuwa ya kawo shinkafa da alkama da acca da gero da dawa
da wake da damro da abduga. Uban ya garwaya su, ya ce ta zo ta
'debe su daban daban. Sai 'yammatan nan suka zo gidan yarinyan nan.
Sai uba ya ce "Na sa ta aiki." Sai suka koma gida. Kullum hakanan,
har aka sami kamar kwana goma. Sai uwa ta ce "Mai gidan ga, mu   *10*
bar yarinyan nan ta tafi; in 'yammatan garin ga sun kashe ta, Allah ya
isam mana." Sai ya ce "To."
 Sai 'yammata suka zo, suka yi magana, sai ta ce "Ga ni!" 'Yammata
suka ce "Zo, mu tafi itace." Sai ta ce "To." Suka tafi itace cikin
dokad daji, sai k'ishiruwa ta kama su, suka tafi rijiya. Suka ce "To,   *15*
wa za ta shiga ta de'bo mana ruwa mu sha?" Sai suka ce "Ke Wance,
shiga!" Ta ce "In shiga, im bar k'anena da wa?" Suka ce "Ke kuma
Wance, shiga!" Sai ta ce "In shiga, im bar wana da wa?" Duka
'yammatan nan, kowacce aka ce ta shiga, sai ta ce "In shiga, im bar
wana da wa?"   *20*
 Sai suka ce "To, Wance, ke, shiga! Ba ki da k'ane, ba ki da wa."
Sai ta ce "In shiga, im bar 'dan karena da wa?" Suka ce "Ma ba shi
ruwa." Sai suka k'urk'ulla zannuwa, suka sa yarinya rijiya. Sai ta
de'bo ruwa, ta ba su duka, suka sha. Sai suka jawo yarinya. Sai da
ta zo kusa da bakin rijiya, sai suka kwance bakin zannuwansu, sai   *25*
yarinya ta fa'da rijiya. Sai suka yi tafiya tasu gida. Suka je gida,
suka ce "Wance ta 'bace."
 Yarinya na nan cikin rijiya, sai dodo ya tafo da shanu da rak'umma
da dawaki da jakkai da alfadarai da tumaki da awaki. Ya zo, ya jefa
guga cikin rijiya, sai yarinya ta rik'e guga; sai dodo ya ja guga, sai   *30*
ya ji an rik'e. Dodo ya ce "Abin da ke cikin rijiyan nan, wanda ya
rik'e mani guga, ya saki, im ba dabbobina ruwa, sa'an nan in fisshe
shi." Sai yarinya ta sake guga, dodo ya ba dabbobinsa ruwa, suka sha,
suka k'oshi.
 Sa'an nan dodo ya sa guga cikin rijiya, ya ce "To, abin da ke   *35*
cikin rijiya ya shiga cikin gugan nan in fisshe shi." Sai yarinya ta
shiga cikin guga, dodo ya fisshe ta. Sai dodo ya ce "Yarinya, mi ya
kawo ki nan?" Ta ce masa "Ka ji, ka ji yadda aka yi." Sai ya ce
mata "In canye ki, ko ko im bar ki, in yi mata da ke?" Sai ta ce masa

40 "Abin duk da ka ga dama cikin ranka, shi ne mai kyau." Sai ya ce
"Ashe?" Ya ce "To, na yi mata da ke."
        Sai ya sa aka kirawo wanzami cikin bayinsa, ya yi mata aski. Ya
ce "Amma sunanki Baiyya." Ta ce "To." Sai ya tafi da ita gidansa.
Ya nuna mata rumbu na naman mutum; ya nuna mata rumbu na naman
45 shanu; ya nuna mata rumbu na k'wai dafaffe; ya nuna mata rumbun aya;
ya nuna mata rumbun shinkafa; ya nuna mata rumbun alkama; ya nuna
mata rumbun gero; ya nuna mata rumbun dawa; ya nuna mata rumbun
wake; ya nuna mata rumbun acca. Ya ce "Kowanne ki ke so, ki 'diba
ki ci." Ta ce "To." Ya ce mata "Ga bayi masu taya ki daka." Ta ce
50 "To." Sai ya zo, ya tafi daji, ya komo.
        Suna nan, har sun haifi 'ya'ya biyu, maza; wannan cibinsa na
azurfa, wannan toliyassa ta zinariya. Ita ko yarinya, gidan su iyayent
sun haifam mata k'ane. Sai k'anen nan ya ce "Ni dai ina jin labari,
an ce yata ya 'bace; sai na gane inda ta ke."
55   Sai ya samo duma, ya zo ya shibka. Ya ce "Duma, inda yata ta
ke, ka je can." Sai ya zo, ya shibka duma. Duma ya fito shina ya'do;
ya mutu, ya yi rai, ya mutu, ya yi rai. Har wurin rijiya ya wuce; shi
mutu, shi yi rai, shi mutu, shi yi rai. Har ya je gidan dodo, ya yi
ya'do, ya hau bisa ce'diya.
60   Sai ran nan yaro ya ce "Inna da baba, ku yi mani gafara. Ni za
ni inda yata ta ke, sai na gano." Sai uwa da uba suka ce "Wane, ai
yarka ta mutu." Ya ce "Ni dai sai na gano inda ta ke." Sai ya bi
duma har wurin rijiya, ya ga duma ya wuce. Sai ya bi duma har gidan
dodo. Sai ya hau bisa ce'diya, ya ga suna daka. Sai ya ciro ganyen
65 ce'diya, ya sanya cikin turmi. Sai ya sake ya ciro ganyen ce'diya,
ya jefa cikin turmi, har sau uku.
        Sai Baiyya ta ce "Minene ke jefo mana ganyen ce'diya cikin daka?
Sai ta ta da kai, ta duba bisa ce'diya, sai ta ga yaro. Sai ta ce "Kai
yaro, mi ya kawo ka nan?" Sai ya ce "Kin ji yadda aka yi; yata ta
70 'bace, na biyo ta nan." Ta ce "Ya ka, sabko!" Sai ta ce "In sa ka
rumbun aya?" Sai ya ce "I, sanya ni." Sai ta sanya shi rumbun aya.
        Sai dodo ya komo, sai ya ce "Baiyya, ai ina jin warin mutum."
Sai ta ce "Mi zai kawo mutum nan? Ai, mutane ka wuni kashewa;
sai ko ka ci ni, da ni da 'ya'yanka da bayinka." Sai dodo ya ce "Haba
75 Baiyyata, Baiyyata!"
        Sai k'anen yarinya ya rik'a cin aya, sai dodo ya ce "Baiyya, ai
ina jin kusu shina ci maki aya; bari in kashe maki shi." Sai ta ce
"A'a, bari! Ni na kore su." Sai ta ce "Kai! 'Dan neman kusu, ka
dame ni." Sai yaro ya yi shuru, har dodo ya kwana, ya tashi, ya fita,
80 ya tafi yawo.
        Sai Baiyya ta kawo doki goma, shanu goma, rak'umi goma, jakkai
goma, alfadari goma, tumaki goma, awaki goma. Ta ce "To, in ka tafi
da su, ka je cikin daji, kana gamo da shi. In ya yi maka magana, ka
ce 'Mijin Tamajiro, kana ka da maza, bar ni in je garina.'" Yaro ya
85 ce "To."

Sai yaro ya tafo, ya zo cikin dokad daji, sai ya hangi idanun dodo
kamar fitowar rana, ya sa'bo kulki ga wuya. Ya zo gurin yaro, ya buga
k'asa, sai yaro ya ce "Mijin Tamajiro, bar ni in je garina, kana ka da
maza, bar ni in je garina." Sai dodo ya kwashi gudu, ya kai kamar
daga nan zuwa Kano, nan da nan ya komo. Ya 'dauki kulki, ya buga ga   *90*
k'asa, ya ce "Kai yaro, ka san Baiyya; k'afa kamar ta Baiyya, hannu
kaman na Baiyya, ido kaman na Baiyya, baki kaman na Baiyya." Sai
yaro ya ce "Mijin Tamajiro, bar ni in je garina, kana ka da maza, bar
ni in je garina." Sai dodo ya kwashi gudu, sai yaro ya shiga jirgi, ya
k'etare gulbi, ya tafi gida. Sai yaro ya zo, ya ce "Na gane yata."   *95*
    Kamin ya zo gida ya taras an haifam masa k'ane. Sai k'ane ya ce
shi ma za shi. Yadda wa ya yi duka, yaro ya yi hakanan, har ya zo
gidan dodo. Sai yarinya ta ce "Kai yaro, mi ya kawo ka nan?" Sai ya
ce mata "Kin ji, kin ji, kin ji." Sai ta ce "To, sabko! In sa ka rumbun
k'wai?" Sai yaro ya ce "I." Sai ta sa shi rumbun k'wai.   *100*
    Sai dodo ya komo daga kiwo. Sai ya ce "Af! Baiyya, ina jin wari
kaman na mutum." Ta ce "Haba! Mi za shi kawo mutum nan? Sai fa,
in ni za ka ci, da 'ya'yanka da bayinka. Ai, mutane ka wuni kashewa."
Sai dodo ya ce "Baiyyata, Baiyyata!" Sai ya kwance bisa k'afafunta.
    Sai yaro ya 'dauki k'wai, ya buga fus. Sai dodo ya ce "Baiyya,   *105*
kin ji kusa na yi maki 'barna? Bari in je in kashe su." Ta ce "A'a,
yi zamanka! Ni na kore su." Sai Baiyya ta bugi rumbu, ta ce "Wa'dannan
kusa, kun dame ni." Sai yaro ya yi shuru.
    Aka kwana, gari ya waye, dodo ya tafi daji. Sai ta fid da yaro, ta
ba shi dabbobi goma goma kamar yadda ta ba wancan. Ta koma ta ce *110*
masa "In ka je can cikin daji, kana gamo da shi, ka ce masa 'Mijin
Tamajiro, bar ni in je garina, kana ka da maza, bar ni in je garina.'
Koyaushe ya zo wurinka, haka za ka rik'a gaya mashi." Sai yaro ya
ce "To."
    Sai yaro ya tafi, ya je tsakad dokad daji; ya hangi dodo, idonsa   *115*
kamar rana za ta fa'di, ya sa'bo kulki. Sai dodo ya bugi k'asa da
kulki; sai ya ce "Kai yaro, ka san Baiyya; k'afa kamar ta Baiyya, hannu
kaman na Baiyya, kunne kaman na Baiyya, baki kaman na Baiyya." Sai
yaro ya ce "Mijin Tamajiro, bar ni in je garina, kana ka da maza, bar
ni in je garina. Mijin Tamajiro, bar ni in je garina." Sai dodo ya   *120*
koma da gudu, shina cewa "Baiyyata, Baiyyata," har ya yi gudu kamad
daga nan zuwa Katsina. Ya koma, ya tambayi yaro, sai yaro ya ce
"Kai! Ni, ka dame ni, tafi ka ba ni wuri!" Sai dodo ya sa kulki, ya
buge yaro. Sai ya 'dauka, ya koro dabbobin nan duka, ya kawo gida.
    Sai ya ce "Baiyya, ga nama; tashi, ki soya mana." Sai yarinya   *125*
ta rik'a kuka, an kashe k'anenta. Sai dodo ya ce "Baiyya, mi ya
same ki?" Sai ta ce "Hayak'i." Har ta k'are soye yaro.
    Sai Baiyya ta ce "'Dan nema, daga yau ba ka k'ara kashe kowa."
A 'boye ta zage shi. Sai ta sa aka yi ta dakan hatsi, aka yi kan dawo
'dari. Sai dodo ya tashi, ya tafi cikin daji garin kiwo.   *130*
    Baiyya ta 'damre kaya sarai, ta shiga 'daki, ta yi bayan gida, ta

ce "In dodo ya zo, ya yi kira, ka amsa." Ta zo bakin k'ofad 'daki, ta
yi bawali, ta ce "In dodo ya yi kirana, ka kar'ba." Sai ta 'dako ta'bar
ta zo ta zuba cikin turmi, ta ce "Ta'bare, ku yi ta dakan kanku."
135 Ta'bare suka yi ta dakan kansu. Sai ta 'dauki dawo, ta lik'e cibiyar
azurfa ta 'da guda; ta 'dauki dawo, ta lik'e toliya ta zinariya ta 'da
guda.
   Sai suka yi ta tafiya, sun je tsakad daji, sai ta hangi dodo na
tafe, ido kamar wuta. Ya sa'bo kulki. Sai ya zo, ya bugi k'asa, ya
140 ce "Ke yarinya, kin san Baiyya; hannu kaman na Baiyya, k'afafu kaman
na Baiyya, kai kaman na Baiyya, ido kaman na Baiyya, hak'ori kaman
na Baiyya, hanci kaman na Baiyya, ciki kaman na Baiyya." Sai yariny£
ta ce "Mijin Tamajiro, bar ni in je garina, kana ka da maza, bar ni in
je garina, kana kashe maza, bar ni in je garina." Sai dodo ya ce
145 "Baiyyata, Baiyyata!" Shina gudu, shina fa'din hakanan.
   Daga sai cibiyar yaro ta azurfa da toliyar yaro ta zinariya sun
canye dawo. Sai suna fa'din "Barraran dawa bana dodo za mu giji,
barraran dawa bana dodo za mu giji." Daga can dodo ya ji ya tafo
guje. Su ko nan, nan da nan aka 'debi dawo, aka lik'e cibiyal azurfa,
150 aka lik'e toliyal zinariya.
   Dodo ya zo, ya ce "Hak'ori kaman na Baiyya, halshe kaman na
Baiyya, goshi kaman na Baiyya, kunne kaman na Baiyya." Sai yarinya
ta rik'a cewa "Mijin Tamajiro, bar ni in je garina, kana ka da maza,
bar ni in je garina, mijin Tamajiro." Sai dodo ya yi gudu kamad daga
155 nan zuwa Kukawa. Kamin ya komo, su Baiyya sun shiga jirgi, sun
k'etare gulbi. Sai cibiyal azurfa da toliyal zinariya, sai suka rik'a
cewa "Barraran dawa bana dodo za mu giji."
   Daga can sai dodo ya tafo, sai ya hange su k'etaren gulbi. Sai
ya fa'da cikin ruwa. Shi ke nan, mafarin dodo ke nan a cikin ruwa har
160 yanzu. Ita ko, Baiyya, ta tafi gidansu. Shi ke nan, k'ungurus kan
kusu. Kusu ba yi ci kaina ba, sai shi ci kan 'dam banza. Gobe da
safe kewaya ban 'daki, ka tsintsi babbar ijiya, ka saye jam bancenka,
ya kai Kano, amma ba ya gama gutsunka ba.

Notes

1   *kyawo.* Western dialects for *kyau.*
    ita ke nan: "she was all [they had]."
2   *jin ciwo:* as we say, "felt sore that."
8   *'debe su daban daban* [= *dabam dabam*]: "sort them into
separate lots."
10   *mai gidan ga.* See No. 15, note to line 13, though no
especial indignation is intended here.
11   *Allah ya* [yaà] *isam mana:* "God will be sufficient [con-
solation] for us!" When a Hausa is very angry he says *Allah ya* [yáa
isa!

14   *mu tafi itace.* For the omission of a verb, cf. the modern *sun tafi tara:* lit., "they've gone to nine [o'clock]," i.e., "they've gone to [eat] breakfast."

15   *dokad daji:* "deep in the heart of the bush."

       rijiya: once again the scene of dark deeds!

16   *Wance,* and the masculine *Wane* [wáanè]: commonly used in the tales, where characters are seldom named, to indicate that a speaker used the name of the person he addressed. It is difficult to translate, as "so-and-so" sounds foolish in English. It is sometimes possible to render it by "she addressed her by name and said '....'"

17   *im bar...da wa?* "who will take care of...?"

19   *kowacce:* would more likely be the relative *wadda* in modern Hausa.

22   *'dan karena.* See beginning note for meaningless formulae. There is, in fact, one story in *Tats* where this motif occurs where it is meaningful, as the heroine has a dog and it plays a part.

23   *k'urk'ulla = k'uk'k'ula:* the reduplicated form of *k'ulla,* i.e., they tied several knots.

25   *bakin zannuwansu.* Cf. *ta gama bakin zane:* "she sewed sides to middle."

28   *yarinya na nan.* Very commonly in speech the pronoun is omitted, especially in the continuous form.

29   *jakkai.* In Kano, *jakuna* is the commoner plural.

32   *ya* [yà] *saki. Saki* has the unusual characteristic of retaining the *-i,* even when no object is expressed.

38   *ka ji* (repeated two or sometimes three times): an idiom for indicating that a speaker tells another what has happened so far, without wasting the audience's time in hearing it all again.

39   *ko ko = ko kuwa.*

41   *na* [naà] *yi mata da ke.*

42   *wanzami. Dodanni,* like ogres, have a number of human habits and professional companions. The practice of shaving a woman's head is an indication, if any were needed, that this tale is pre-Muslim. Similarly, the *toliya* mentioned in line 52 is no longer left on the head of a Muslim Hausa boy.

43   *amma.* See No. 15, note to line 11.

44   *rumbu.* See No. 7, note to line 21.

48   *acca:* not now grown in or suitable to the country where most Hausas live.

       kowanne: would probably be *duk wanda* in modern Hausa.

50   *ya zo, ya tafi. Zo,* which seems redundant, adding nothing to the meaning, is often used in *Tats* thus. Still more often we have *tashi,* used in the same way, though it perhaps adds something if we think of the subject as being previously seated. Cf. in English "he went and ran away" and "he proceeded to go out."

51   *suna nan:* "they continued thus for a while."

cibinsa. Cibi is "umbilical hernia," but it could here be merely "navel" (which is usually *cibiya*). In any case, it is the same thing, in a larger or smaller form.

52   *toliyassa.* Among Tuaregs and many non-Muslim tribes of the area, strips of hair are left unshaved on the heads of males in various ways as marks of status. Possibly this, rather than a long "plait" is intended here. Until some years ago, even among Muslims, some small boys were left with such strips.

54   *sai na gane.* See No. 23, note to line 12.

55   *duma,* which has a creeping (*ya'da*) habit of growth, is often seen growing over the thatched roofs of huts.

60   *ku yi mani* [= *mini*] *gafara.* This is a normal request in the tales when the speaker is going on a journey from which he may not return, i.e., "for any past sins or omissions." Cf. Malam Masallaci, in No. 32, line 57.

61   *gano:* "discover [her] and return."
Wane [wáanè]. See note to line 16.

65   *sanya:* normally, "place, put," but here, "cause to reach."

73   *ka wuni kashewa:* "you're killing them all day long"—i.e. "Haven't you had enough human flesh, or do you want to start eating me and your children and slaves?" To which the *dodo* replies in embarrassed protest, as she intended. Cf. *mijim maza* in No. 13, line 3.

77   *kusu,* or *kusa:* the older word for "rat, mouse," still used in western dialects. Elsewhere, *'bera* is heard more.

78   *ni na* [naà] *kore su.*
'dan nema: "son of adultery, bastard." To our ears, the speech of Hausa women uses perhaps more oaths and vulgarity than that of the men.

80   *ya tafi yawo:* another sentence that is hard to translate; "for a walk" would imply, as with us, that this was the purpose of his going—which was certainly not so. Perhaps, simply "he went out" or "he went about his business." Cf. *ya tafi yawon duniya,* which is almost equivalent to "he went to seek his fortune."

81   *doki goma.* For once, the connecting *da* is omitted from this sequence. This is unusual.

83   *kana gamo.* Continuous for future. *Gamo* should strictly be *gamowa.*

84   *Mijin Tamajiro,* etc. This would be the first of the sung sentences.
Tamajiro, which had a lower case letter in the Edgar text, is hardly explicable here. However, in a variant of the tale also in *Tats* it is the name given to the girl by the *dodo* and replaces *Baiyya* throughout the story. Probably, then, *Baiyya* was a later accretion, which makes nonsense of *Tamajiro* here.
ka da [káa dà]: "knocking down, felling"—said presumably to flatter the *dodo,* like a *kirari.*

garina: also indicates the formulaic nature of the passage. In modern usage this would be *garimmu*, but it is of the nature of formulae that they are handed down unchanged.

87   *kamar fitowar rana.* Similes in *Tats* are sufficiently rare to be noteworthy.

sa'bo, from *sa'ba* [sá'bà]: "sling over shoulder."

89   *kwashi gudu. Kwasa:* lit., "collect and remove." Here, "took a great run"; cf. *ya kwashi rawa:* "he jumped for joy."

90   *daga nan.* Edgar's scribes were in the region of Sokoto, so this run was about two hundred fifty miles!

91, 92   *kamar, kaman.* See No. 8, note to line 31; but here the explanation is that the change to *-n* is simply phonological, since *kaman* comes before *na.*

96   *taras.* Western dialects for *tarar:* "found, happened upon."

97   *shi ma. Ma* after one of the disjunctive pronouns is often thus "also, too."

yadda wa ya yi. Here, too, many storytellers would surely repeat the whole former sequence, to the delight of the juvenile audience, who could accurately anticipate each incident.

99   *kin ji,* etc. See note to line 38.

104   *ya kwance,* etc.: the picture of docility and domestic harmony!

105   *fus.* See No. 8, note to line 17.

106   *kusa = kusu.*

107   *ni na* [naà] *kore su.*

wa'dannan kusa. See No. 15, note to line 13.

110   *ta koma ta ce masa. Koma* here may be literal, i.e., of movement, but it more probably means "to do in addition." This is a sense it commonly has in the western dialects, in which case it is usually followed by the verbal noun. If this is so, this sentence in modern Kano Hausa would be *ta kuma ce masa.* (The particle *kuma* may well have developed out of this use of the verb *koma.*)

113   *koyaushe:* would in modern speech usually be *duk sa'an da* or *duk lokacin da.*

121   *koma da gudu:* i.e., back where he came from, away from the boy.

122   *ya koma:* would more often be *ya komo;* see No. 1, beginning note on *-o.*

123   *ka dame ni,* etc. The younger brother forgot, or was too ill-bred, to use the formula, and so suffered—another very common motif in folklore.

ya sa kulki. Sa is a verb of bewildering variety of meaning. Here it seems to be equivalent to *'dauki,* which might have been substituted. Abr gives one meaning, "applied," which may cover this instance, but all his examples are followed by *hannu.* Hausa often seems to use two verbs where in English we would use a verb and a preposition or an adverbial phrase. Thus, here we might have said "struck the boy *with* the club."

126   *Baiyya*, etc. For the motif of stock questions and answers, cf. No. 8, note to line 28.

128   *ta ce*: i.e., said to herself—for very obvious reasons. The next sentence explicitly confirms that she did not speak aloud (see Introduction, p. xv).

129   *kan dawo*: "single balls"; *kai*: "head" has here the meanin of "unit."

Giving instructions to one's leavings, here excrement and urine, to deliver a message for one is another not uncommon motif. Elsewhere domestic animals are given the task.

133   *'dako* ['dáakóo] = *'dauko*.
ta'bare, plural of *ta'barya*. The motif of utensils that work by themselves appears elsewhere in *Tats*. The point of the incident here is to disguise to anyone outside the compound the absence of womenfolk, whose daily burden it is to use the utensils. Hausa compounds reverberate to pounding morning and evening.

135   *lik'e*: "stuffed it up, plastered it over"—to keep it quiet. See line 146.

138   *na tafe*: i.e., *yana tafe* with common omission of the pronoun.

139   *kamar wuta*. The simile has been different on each of its three occurrences.

144   *kashe*. If this is [káashè], then it is synonymous with *ka da*; but, more commonly, *kashe* is [káshè]: "kill."

146   *daga sai*. Western dialects for *daga nan sai*.

147   *barraran dawa*, etc. This would also be chanted by the storyteller; cf. No. 7, note to line 29. Once again, here we have something non-human sending an urgent message, and song is used to convey it. The meaning of the message is obscure (see notes below

barraran: with altered spelling, could be a past participle of *bari*: "freed." We should then have presuming [dáawà], "the freed ones of guinea corn," which might be a *kirari* of *dawo* (but see *baran dawo* in Abr).

bana: presumably, "this year"—but absence of marking for vowel length and tone, and occasional doubtful indication of word division in *Tats* makes even this uncertain.

za mu giji = *za mu gida*.

Thus, if we expect to get meaning from such a formula— perhaps a vain expectation—we might tentatively emend this phrase to *bararran dawar bana na dodo, za mu giji*: "freed ones of the *dodo'* this year's guinea corn, we are going home." This sentence is also made alliterative with *b*'s and *d*'s, to which end it is probably further strained away from any straightforward order.

148   *daga can*: "from away where he was."

149   *guje*: usually now, *a guje*, and the *a* may have been omitted
in error by the scribe here.

149, 150, 151   *cibiyal, toliyal, halshe*. Western dialects com-
monly have *l* where Kano has *r*.

155   *Kukawa*: the old capital of Bornu, more than twice as far
from the Sokoto region as Kano. The *dodo*'s final effort was his greatest.

159   *mafarin dodo*, etc. See beginning note, also Introduction,
p. xvi.

160   *k'ungurus kan kusu*. This is the first time in these selec-
tions that we have the normal ending formula (see notes below for
meaning).

        k'ungurus (which has several variant forms): said to be an
ideophone meaning "chopped off."

        kan kusu: "the rat's head."

        "The rat's head's off, the tale's over."

161   *kusa ba yi ci*, etc. The last lines appear to be a develop-
ment of the ending formula that rarely occurs in this full form in *Tats*.
A nonsensical meaning can be construed out of it if the following are
observed:

        ba ya ci = bai ci.

162   *ban 'daki = bayan 'daki*.

        ijiya: synonym for *wuri* [wúrì].

        saye jam bancenka = sa jan bantenka.

163   *gama gutsunka*: "cover your bottom" (?); cf. No. 13, line 96.

11

A Bridge Competition

(III/77)

Here is a good example of the Tall Story genre, with an ending that resembles the endings of the Dilemma Tales: Which showed the greatest expertise? It is up to the audience then to argue the point. Stylistically this is superior to the short examples given before: it is longer, it has more detailed description, and the point that it makes is one of some subtlety. The scene on a river bank and the problem of how to get across the river were common in the days before motor roads and bridges; and indeed in many parts of the country, the problem still presents itself to those who travel during the rains.

Of the four professions involved—malam, hunter, wrestler, and harlot—the first and the last are still very much part of the Hausa scene, though the other two are not much in evidence in the cities. The moral of the tale is of some interest for those who think that women are without power in a society where they do not have the vote!

Malami da Maharbi da 'Dan Kokowa da Mace Karuwa

Wani malami ya tashi za shi yawo, sai ya gamu da maharbi. Maharbi ya ce "Malam, ina za ka?" Malam ya ce "Maharbi, za ni yawo." Sai maharbi ya ce "Malam, in zo in raka ka?" Malam ya ce "I. Zo, mu tafi tare, maharbi; wa ya k'i abokin tafiya?"

5   Suna tafiya, da malami da maharbi, sai suka gamu da 'dan kokowa. 'Dan kokowa ya ce "Malam da maharbi, ina za ku?" Malam ya ce "Za muna yawo, da ni da maharbi." Sai 'dan kokowa ya ce "Malam, in zo in raka ka?" Malam ya ce "I, 'dan kokowa. Zo mu tafi tare; wa ya k'i abokan tafiya?"

38

Suna tafiya su uku, da malami da maharbi da 'dan kokowa, sai   *10*
suka gamu da karuwa. Karuwa ta ce "Malam, ina za ku?" Malam ya
ce "Karuwa, za muna yawo." Sai karuwa ta ce "Malam, in zo mu tafi
tare, in raka ku?" Malam ya ce "Af! Wa ya k'i abokan tafiya,
ballantana ni in k'i?" Sai karuwa ta bi su.

Suna tafiya, har suka kai ga gulbi. Sai malam ya ce "To, ga mu,   *15*
mun kawo ga ruwa. Ga ruwa kuwa ya cika wuri. To da'da, sai kowa
ya yi sana'ad da ya iya; iya ruwa fid da kai. Sai malam ya 'dauko
gafakka, ya bu'de, ya 'dauki takarda, ya shimfi'di bisa ruwa. Sai ya
taka ya fita ga waccan ga'ba. Sai malami ya ce "Maharbi da 'dan
kokowa da karuwa, ku tafo mu tafi!"   *20*

Sai maharbi ya ce "To! Ni dai, malam, ga ni nan tafe, amma 'dan
kokowa da karuwa, ban sani ba ko suna zowwa." Sai maharbi ya zaro
kibiya, ya harba, kibiya ta tafi, ta kama waccan ga'ba. Sai maharbi
ya taka kyamron kibiyassa, ya fita ga waccan ga'ba. Sai maharbi ya
ce "'Dan kokowa, da kai da karuwa, ku tafo mu tafi mana; ga ni, ni   *25*
da malam, muna jiranku."

Sai 'dan kokowa ya ce "Ni dai, ga ni nan tafe, amma ban san ga
karuwa ba, ko tana zuwa." Sai 'dan kokowa ya kafa bakansa bakin
ga'ba, ya kama bakansa da kokowa, sai ya yi tsalle, ya dira ga
waccan ga'ba wurin malami, da shi da maharbi. Sai 'dan kokowa ya   *30*
ce "Karuwa, tafo mu tafi mana!"

Sai karuwa ta bu'de kwatashinta, ta 'dauko k'asa irin mai jan nan,
ta shafa ga fuska; ta kawo majigi, ta shafa, ta 'dauko lemu da kanwa, ta
goge hak'orinta. Ta 'dauki madubi, ta duba fuska tata. Ta 'dauki tozali,
ta shafa ga idanunta, ta tashi, ta wanke hannuwanta da k'afafunta,   *35*
ta wanke da sabulu. Ta zo, ta zamna bisa 'yar kujeratta, ta 'dauko goro
da fure, ta ci, ta shafa shuni, ta yi kayan ado. Sai ta tashi ta isa bakin
gulbi, ta yi mulmushin dariya, ta ka'da ido, ta ka'da gira, ta ta da gira,
sai ruwa ya rabu biyu, ruwa ya dare. Sai karuwa ta iske malami da
maharbi da 'dan kokowa, ta ce "Mu tafi." Sa'an nan ruwa ya gamu.   *40*

To da'da, da malami da maharbi da 'dan kokowa da karuwa, wa
ya fi gwaninta? Cikinsu, su hu'dun nan, wa ya fi wani? Amma
wa'dansu sun ce, da malami da maharbi da 'dan kokowa, karuwa duk
ta fi su gwaninta, domin mata, idan wurin wuya ya samu, maza su ka
cetonsu. Shi ke nan. Iyakar wannan magana ke nan.   *45*

Notes

1   *za shi yawo*. See No. 6, note to line 1 on this use of *za*.
The scribe here is fond of this use of *za* and even uses it before a
continuous pronoun form in line 6.

maharbi: "hunter"—quite a common character in the
stories, but perhaps less so than in the tales of a forest people. Now-
adays he is an increasingly rare being in Hausaland.

3   *raka*: both "accompany" generally, as here, and especially "see [a guest] on his way," a courtesy always accorded. The greater your respect for the guest, the further you go. Cf. No. 29, note to line 65.

4   *wa ya k'i abokin tafiya?* a formula, to be twice repeated in this tale.

abokin tafiya. *Aboki* is common as the first half of a collocation, not necessarily meaning much in the way of friendship; cf. *abokin aiki*: "fellow worker"; *abokin zama*: "roommate"; and, especially, *abokin gaba* [gàabáa]: "sharer of strife," i.e., "enemy."

Wrestling, like boxing, is a popular, traditional sport with its own esoteric rites and costume.

6   *za muna yawo*. See note to line 1 on *za shi yawo*.

11   *karuwa*. The usual translation, "prostitute," does less than justice to the Hausa word. See Sm for the social position of a *karuwa*; usually she is a woman who has been married but who chooses to live on her own. This, an exception to the Hausa norm, is frowned on. The English word "spinster" is equally difficult to translate into Hausa.

14   *ballantana*: more commonly, *balle*.

16   *cika* [cikà] *wuri* = *cika* [cìka]: "was in flood."

17   *ya* [yà] *yi sana'ad*.

iya ruwa fid da kai: "ability to swim saves life" (proverb). *Iya* is regularly used with a noun without any verb when the verb understood is obvious. Thus, *ya iya doki*: "he can ride"; *ya iya Hausa*: "he can speak Hausa."

18   *gafakka* = *gafaka*: one of a malam's most obvious trademarks; see No. 15, note to line 7.

In another Tall Story, in which a malam is in competition with a grass cutter to get across a flooded river, the malam spits on his staff and divides the waters, like Moses. The grass cutter, for his part, cuts and binds the water with great speed and then walks across dry-shod.

21   *tafe*. This [-é] form of the verb is, of course, the form which indicates a state, but it is worth noting that *tafe* has to be used for both "come" and "go," the meaning depending on the context, as so often. In fact, more usually, *tafe* is "coming." There is no commonly used [-é] form of *zo*.

22   *zowwa* = *zuwa*: once again demonstrating the fondness for gemination in the Western dialects. See No. 5, note to line 1.

23   *ta kama waccan ga'ba*. *Kama* has many metaphorical uses, as can be seen by a perusal of the word in Abr. This use is perhaps not a very common one, though it may have been commoner in the days when arrows were in greater use!

24   *kyamro* = *kyauro*, of course. The action at this point becomes hyperbolic, but not very much more so than that of the rest of the tale, of which hyperbole is the essence. Reference to No. 20 will show that hyperbole is one of the features of proverbs too.

25   *mu tafi mana.* When used with a command or exhortation, *mana* is supposed to add encouragement to someone hesitating.

27   *ban san ga karuwa ba.* *Ga* is here used with one of its basic connotations of "in respect of, about."

28   *ya kafa,* etc. The wrestler stuck his bow in the ground, took a wrestling hold of it, and leaped over, swooping down to the other bank; i.e., he catapulted himself over.

The description of the cosmetics used by the *karuwa* is of some interest, sociological rather than linguistic. The specific mention of soap surely indicates that it was less common sixty years ago.

33   *lemu = lemo.*

36   '*yar kujeratta.* Sixty years ago, *kujera* meant the small stools that women still use. But since then this connotation has come to be overshadowed by the connotation of "chair." The sitting on a chair was one of the symbols of status for the British staff from the early days of the occupation, and was gradually taken over, first by the chiefs and then by others.

37   *fure:* to make her teeth red, considered beautiful in those days. Nowadays she would more likely use toothpaste to make her teeth white, such is the strength of cross-cultural influences!

ta shafa shuni: perhaps on her hair. Nowadays, lighter-colored powders are used, and even by respectable, but modern-minded, women.

38   *mulmushin = murmushin,* but *dariya* is a trifle redundant for modern taste.

ka'da ido: quite a common phrase for "make eyes, roll eyes." *Ka'da gira* is much less common, and it looks as though the scribe corrected himself with the more accurate *ta da gira.*

39   *dare* [daarè].

42   *amma wa'dansu,* etc.: a disconnected sentence with the multiple object introduced before the subject and then picked up by *su*—not uncommon in colloquial Hausa.

44   *wurin wuya:* "a difficult situation."

su ka cetonsu. Ka [kaà] is western dialects for *ke.*

12

The Girls
Who Married a Chief

(III/103)

Here is another fairly long tale with a number of motifs that recur in other African stories.

Child-changing among the fellow-wives in a compound is one such motif, usually with the guilty wives punished by death or by servitude to the reinstated wife whose child was taken. The story appears to be incomplete, for the fortunes of the second and third girls are not followed up, which would seem to indicate a lacuna.

The practice of Hausa chiefs of taking the pick of such girls as caught their fancy is attested to by the existence of the office of *Bai Karama* in Daura. This man's task was to tour the villages, inspect the girls of marriageable age, and report back to the chief. (I am indebted to M. G. Smith for this information.)

The miraculous single grain that when cooked fills the whole pot is another motif occurring in the tales of many countries (see No. 7 for a variant of this).

Then we have the bird carrying the message of life and death, and here it is a message very close to that quoted from Mende tales by G. Innes (*Sierra Leone Language Review*, No. 4 (1965), p. 58). Birds and animals as message-bearers are very common in African folklore.

It is worth contrasting a tale of this genre, where virtue is in the end rewarded, with the perhaps more typically African tales of animal and trickster, where it is difficult to detect any moral principles lying behind. It may be that these latter were the comedies of folklore, meant simply to amuse, whereas here we have one of its tragedies, with the conflict of right and wrong and the penalties of suffering and death.

'Yammata da Sarki

Wani sarki ya zo ya yi gonat taba mai yawa. Sai ya sa bayinsa suna
tsaro. Sai wa'dansu 'yammata guda hu'du suka ce "Mu je mu 'debi
tamna gardi." Da zuwansu sai suka shiga, sai budurwa guda ta ce
"Ni dai, Allah ya sa a kama mu, a kai ni gidan sarki, in haifam masa
'da, mai cibin azurfa." Ita kau guda, ta ce "Ni dai, in an kama ni, an   5
kai ni gidan sarki, in yi ba'a da sarki dai." Guda kuwa ta ce "Ni dai,
in an kama ni, an kai ni gidan sarki, duk gidansa, da barwansa da
'ya'yansa duka, ina yi masu tuwo da k'waras shinkafa guda, duk in
k'washe su." Wannan kuwa ta ce "Ni dai, in an kama ni, an kai ni
gidan sarki, ina da'be gidan sarki, da gidan barwansa da gidan   10
'ya'yansa da gidan bayinsa, duk ina da'bewa da tsakuwa guda."

Ashe bayin sarki suna nan, sun lalla'be, sai suka zo, suka kama
'yammatan nan guda hu'du, suka kai ma sarki, suka ce ma sarki "Wannan
yarinya ta ce ita dai, in ta zo gidanka, tana haifam maka 'da mai cibin
azurfa. Wannan kuwa ta ce, ita dai, in an kama ta, ta zo gidanka, ita   15
dai ta zamna ta yi ba'a da kai. Wannan kuwa ta ce, ita dai, in an kama
ta, tana zowwa ta yi tuwo da k'waras shinkafa guda, duk gidanka, da
iyalinka na waje da manyan-manyan bayinka da 'ya'yanka duka. Wannan
kuwa ta ce 'Ni dai, in an kama ni, an kai ni gidan sarki, iyalinsa duka,
rabin garin nan, ina da'be shi da tsakuwa guda.'"   20

Sarki ya ce "Ku 'yammata, haka kuka ce?" Suka ce "I." Sarki ya
ce "Ke, wannan mai k'wad da iyalina da abinci na k'waras shinkafa
guda, je ki ki yi ta yi!" Ya ce "Ke kuma, wannan da kika ce, ke dai
kina da'be gidana de rabin gari da tsakuwa guda, je ki ki yi ta yi!"
Sai ya ce "Ku ko, wa'dannan, ku je ku shiga cikin gida." Suka tashi,   25
suka shiga cikin gida.

Sarki yana murna da wannan yarinya wadda ta ce za ta haifi 'da
mai cibin azurfa; sai ya 'dauki hankalinsa duka, ya mayas gare ta.
Sai wannan kuwa, sarki ya ta'ba ba'a da ita, ta kwana biyu, sai ya
k'yale ta.   30

Ashe duk sarki ya yi masu ciki. Wannan da ta 'dauki alwashi,
ta ce tana haifuwa'd 'da mai cibin azurfa, sai ta zo ta haifi mace.
Sai aka je, aka gaya ma sarki, aka ce "Wance ta haifu." Ya ce "To,
madalla!" Ba su fa'di abin da ta haifa ba, suna jiran waccan ta haifu.
Aka kwana uku, sai ita, waccan da ta ce za ta yi ba'a da sarki, ta   35
haifu 'da namiji mai cibin azurfa. Sai matan sarki suka gama kai da
ingozoma, suka kar'be wannan 'dan da aka haifa mai cibin azurfa,
suka kai ma waccan da ta 'dauki alwashi, domin sarki na sonta. Suka
'dauko 'diyar, suka kai ma waccan da ta haifi 'da mai cibin azurfa.
Ita dai ba ta ce komi ba.   40

Suna nan har yara suka girma. Sai ita, wannan matad da aka kai
mata 'diya mace, idan sarki ya ba matan gidansa damma, sai ita,
matan nan, ta ce "Ku kawo nan in rik'a yi maku sussuka." Suka ce
"To." Sai suka zo suka kawo mata hatsi, tana sussuka.

45   Shi kuwa, yaro, da ya girma, sai ya ce a saya masa rigar sak'i da
wandon sak'i; ya ce a k'era masa masu guda uku; aka k'era masa
masu guda uku. Ya hau doki, da shi da bayinsa, yana zuwa daji shina
kashe namun daji, yana bari can cikin daji, tsuntsaye na ci.
Sai ran nan ya hawo doki, za shi tafiya daji. Sai wannan, uwa
50 tasa wadda ta haife shi, ta ce "Kai, yaron nan, 'dana, in ka tafi ka
'debo mani ganye na cikin daji." Sai yaro ya ce "Na k'i, ba ni 'debowa
Ba ga 'diyarki nan ba, ba ki aikinta daji ta 'debo maki?" Sai zuciyar
mace ta 'baci, sai ta ce kuma "Yaron ga, da gaske ya ke yi, ba shi
'debowa, ko kuwa wasa ya ke yi?" Sai ta ce "Amma bari in gani ko
55 da gaske ya ke yi, ba shi 'debowa." Sai marece ya yi, yaro ya komo.
Sai matan nan ta ga yaron nan bai de'bo ganyen nan ba. Sai ta ce "To,
yana da kyau."
Sai aka kwana, gari ya waye, ya tafo za shi wucewa zuwa daji,
sai matan nan ta ce "Tun da dai na aike ka, ka k'i, da ikon Allah—in
60 dai na haife ka—in ka tafi dajin nan ba ka komowa." Sai yaro ya ce
"In kika haife ni, kada in komo." Sai ya tafi. Ran nan kuwa bai je
da bawa ba ko guda, sai shi ka'dai ya tafi. Ya je, ya kashe namun
daji masu yawa. Sai tsuntsaye suka zo, sai suka ga yaro ya fa'di
k'alk'ashin kandare, sai tsuntsaye suka taru wurin yaro. Daga tsuntsa
65 suka ce "To, wa za shi tafiya ya je ya fa'do 'dan sarkin ga ya mutu?"
Sai hankaka ta ce "A aike ni in tafi." Sai tsuntsaye suka ce "In kin
tafi, yaya za ki cewa?" Sai hankaka ta ce "In na tafi, zan yi k'wa
k'wa k'wa." Tsuntsaye suka ce "Ke, ar! Allah shi waddan ki, hankaka
Minene k'wa k'wa?"
70   Sai suda ta ce "Ni, ku aike ni in tafi." Sai tsuntsaye suka ce
"In kin tafi, yaya za ki cewa?" Suda ta ce "Ni dai ku aike ni." Sai
suka ce "To, je ki!"
Ita kuwa, uwar yaro, ta 'dauki ruwa, ta kai bayan 'daki za ta yi
wanka, sai ta ji suda ta ce "Yi wanka maza-maza, mai gidan kan dutsi,
75 kina da gawa daji, kina da gawa gaton kandare." Sai mace ta gaza
wanka, ta zo ta gaya ma sarki. Sarki ya ce "A 'damra ma dawaki
sirdi; ita, uwa tasa ta hau doki su tafi." Nan da nan aka 'damra sirdi,
ta hau.
Sarki kuma ya kira malaminsa. Malamin sarki ya ce "Sarki, idan
80 za a tafi, uwar yaron nan ta tafi da ruwa, ta zuba masa; in ta zuba
masa ruwa, sai ya tashi." Sarki ya ce "To." Aka 'debi ruwa, aka tafi
da shi. Sarki ya tafi shi kuma da malaminsa. Sai uwar yaro ta zuba
masa ruwa, sai yaro ya k'ara k'angarewa. Kuma ta k'ara zuba masa
ruwa, sai naman yaro ya 'ba'b'bake. Sai malamin sarki ya ce "Ke,
85 bari hakanan. Koma can ki tsaya."
Sai malami ya ce "Sarki, in gaya maka gaskiya mai wuyar fa'di?"
Sarki ya ce "Malam, gaya mani gaskiya. Malam, ai ka san mun da'de
muna tare da kai, kana gaya mani gaskiya; in ka gaya mani, sai in
kar'ba." Malami ya ce "Sarki, ka ga wannan, ba ita ta haifi yaron
90 nan ba; ba ita a uwassa ba." Malam ya ce "Duk cikin gidan sarki, ba

wadda suka haifu kusa-kusa da juna?" Sarki ya ce "Akwai abiyar
tafowatta na nan." Malam ya ce "To, ita ta haife shi." Sarki ya ce
"A'a, malam, ba ita ta haife shi ba." Sai ita, matan nan ta ce "To,
im ba ni na haife shi ba, wa ya haifam mani?" Sai ta yi fushi, ta tafi
can nesa, ta yi zamne, tana kuka.   95
    Sai malam ya ce "Ke, suda, zo ki koma ki tafi cikin gidan sarki,
ki ga 'daki mai babban dabi da k'aik'ai; ki kirawo ta ta tafo." Sai
suda ta ce "To." Sai suda ta taso, ta tafo, ta zo ta sabka, ta ce
"Rirido rirido, sussuke maza, shek'e, kina da gawa daji gaton kandare."
Ba ta kula ba, tana ta sussukatta, yarinya tana zamne. Sai suda ta   100
tashi, ta koma, ta ce "Ta k'i zuwa." Sai malami ya ce "Ke dai, suda,
kada ki gaji, koma!" Suda ta ce "Ni, ko na kwana zuwa, ba ni gajiya;
ni dai in ga yaron ga ya tashi, zama yana ba mu abinci." Sai ta tashi,
ta koma, ta ce "Rirido rirido, mai gidan kan dutsi, sussuke maza,
shek'e, kina da gawa daji gaton kandare." Sai mace tana ta sussuka.   105
    Yarinya ta ce "Inna, ba ki magana, kina jin ana kiranki?" Sai
ta ce "Ke, rabu da ni; k'yale ni in yi ta sussuka, ba ni da wani 'da,
sai ke; ke kuwa, ga ki a 'daka zamne; ni, ina na sami farjin haifuwan
'da mai cibin azurfa?" Suda ta koma, ta je, ta ce "Ta k'i zuwa."
Suda ta komo har sau biyar. Ga na shidda, sa'an nan ta bar sussuka, 110
ta aje zannuwanta masu kyau, ta 'dauki ragga, ta 'damra, ta zama
kamar baiwag gona. Sai ta tafi, ta je ta shiga cikin ruwa da ragganta,
ta wuce. Malam ya hange ta, ya ce "Ita ce waccan tafe?" Sarki ya
ce "I, ita ce, lalatatta." Da ta je, sai ta tsaya daga nesa. Malam ya
ce "Don Allah ki iso nan kusa." Sai ta isa. Malam ya ce "Yaron nan 115
mu ke so ki zuba masa ruwa, kana uwassa ta zo ta zuba masa ruwa."
Sai ta ce "A'a! Uwassa ta zo ta zuba masa ruwa." Malam ya ce "A'a!
Ke dai, ki zuba masa ruwa." Sai ta ce "Malam, ni ba ni zubawa, domin
can uwa tasa ta yi alkawali, ta ce ita in ta zo gidan sarki, tana
haifuwan 'da mai cibin azurfa. Da ta zo gidan sarki, sarki ba wadda 120
ya ke so sai ita shi ke so. To, ni da ban yi alkawali ba na haifuwan
'da mai cibin azurfa, ni kuwa na haifi 'da mai cibin azurfa. Ita kuwa
ta haifi 'diya mace. Don sarki na sonta, aka 'dauke 'dan da na haifa,
aka kai mata; aka 'dauka 'diyad da ta haifa, aka kawo mani; ni kau na
rik'e, ban ce komi ba." Mace ta ce "Na sa yaro—wai don na ga yana   125
zuwa daji, na ce shi 'debo mani ganye; ya ce ya k'i, ga 'diyata nan
da na haifa, in aike ta ta 'debo mani ganye; ni kuwa, ca ni kai wasa
ya ke yi, sai da na ga ya komo, bai 'debo mani ganye ba; ni kuwa na
ce masa, in dai ni na haife ka, in ka zo daji, ba ka komowa." Sai
malami ya ce "To sarki, ka ji maganad da na gaya maka."   130
    Sai mace ta kama tsumman da ta shiga ruwa da su, ta matsa ma
yaro, sai yaro ya tashi, ya rungume mace. Sai mace ta ce "Ni—sakan
ni! Ba ni na haife ka ba. Tafi wurin uwarka da ta haife ka! Ga ta
can." Sarki kuma ya kawo dawaki biyu da ku'di, ya ba malaminsa.
Ya kawo doki, ya ce matan nan ta hau. Ta ce "A'a! Ni, ba ni hawan   135
doki, sarki. Ko da ni ke zamne gidanka, ba bakin kome ni ke ba. Ka

k'yale ni in taka k'asa, in tafi kamar yadda na tafo." Sarki ya ce "A'a
Ita kuma ta ce "A'a!." Sai suka taso, suka tafo gida.
    Aka ce ma yarinya ta tashi, ta tafi wurin uwa tata. Sai ta ce "A'a,
140 ni ba ni zuwa. In da uwata tana sona, da ba ta yi mani haka ba. Ni,
nan za ni zamana." Uwar yaron nan, ita kuwa sai ta ce "Tafi wurin
uwarka ka zamna; ni kuma in yi zamana da 'diyata." Ya ce shi ba shi
zuwa. Sarki ya sa aka kwashe k'aik'an nan da ke cikin dabinta, aka
kwashe duka, aka sake mata dabi sabo. Sarki kuma, ita shi ke so.
145 Ta yi zamanta, ga 'ya'ya biyu wurinta. Shi ke nan. K'ungurus kan
kusu. Ni ka ci kusu, bai ci ni ba.

    Notes

    1   *gonat taba* = *gonar taba.* The tendency of western dialects
to use gemination has already been commented on several times.
    2   *tsaro:* in modern Hausa, has come to mean "[national] de-
fense."
    3   *tamna* [= *tauna*] *gardi:* "tobacco seeds." Barg makes this
a Katsina word.
    4   *Allah ya* [yà] *sa.* The expression is in common use, where
we in English might say "I hope" or "I hope so."
    5   *mai cibin azurfa:* cf. one of the children in No. 10.
    kau = *ko* = *kuwa.*
    6   *ba'a:* lit., "teasing." The three other girls were going to
do something basically normal, but each with a miraculous addition.
The hope of the fourth is to do something which seems, to put it mildly
unusual, but whether there is any ulterior meaning behind the idea of
teasing the chief, I do not know.
    7   *barwansa:* *barwa,* plural of *bara* [barà].
    8   *k'waras.* Barg gives *k'wara* as Katsina for the more usual
k'waya: "a single grain."
    9   *k'washe* = *k'oshe* = *k'osad da.*
    15 Sc. repetition of *in* before *ta zo gidanka.*
    16 *ta* [taà] *zamna.*
    17 *duk gidanka . . . duka.* This long phrase seems to be left
hanging. Though the meaning is clear, the grammar is not. The phrase
becomes clearer if we understand *domin* before it or something like
su k'oshi after it.
    18 *iyalinka na waje.* A chief's compound is more of a village
than a single compound, usually embracing many compounds (cf. *rabin
garin nan,* line 20). It is the relatives in the outer compounds that
are referred to here.
    20 *da'be:* in days before cement, and still in many country
places, the way in which a hard, smooth floor was provided for a hut.
    22 *k'wad da* = *k'washe.* See note to line 9.

28   *mayas = mayar.*

29   *ya k'yale ta.* In so doing—presuming a proper Islamic
marriage, i.e., that the four girls were his four wives and not mere
concubines—he contravened Islamic law. The presence of a malam
in the tale indicates that, at least in its present form, the tale is post-
Islamic.

31   *ashe:* can often be rendered in English "now it happened
that, it turned out that, as it happened."

32   *ta zo ta haifi.* Cf. No. 10, note to line 50 on the use of *zo.*
The chief did not make the normal response on being told
of the birth, *Me aka samu?* i.e., "Boy or girl?" The story would
have been spoiled if he had!

36   *haifu* [háifù]: more usually before a noun, *haifi.*

38   *domin:* explains, of course, not the *yi alwashi,* but the
action of the other wives.
The husband controls the corn bins and gives out the bundles
of corn to his wives as needed. Here the heroine showed her humility
by taking upon herself the labor of threshing.

46   *masu,* plural of *mashi.*

47   *yana . . . shina . . . yana.* An example of free variation in
western dialects, here employed presumably for stylistic reasons, to
avoid monotony.
The kindness shown to the birds does not seem to have been
deliberate, but it certainly brought its reward later.

49   *hawo.* See beginning note to No. 1 on the -*o* suffix. Here
the -*o* suffix seems pointless and the word is, in any case, followed
by another verb of motion. It may be that *hawo* is merely western dia-
lects for *hau.*

50   *kai, yaron nan.* See No. 15, note to line 13.

52   *ga* [gàa] *'diyarki.*

57   *yana da kyau:* said in a quiet, grim voice, means "very
well, at least I know where we stand."

64   *kandare* [kándárè]. Barg gives this as a tree similar to
baushe, which is itself a *Terminalia.*

      daga = daga nan.

65   *fa'do:* "tell and then return here."

67   Sc. *yin* after *za ki cewa.*

68   *waddan = wadan.* Though the dictionaries give *wadai,* the
word is always heard as *wadan,* and may perhaps be from the Fulani
root *waad:* "calumniate." For another Fulani borrowing which includes
Allah and -*an-,* cf. *Allah sabbinani!*

70   The shrike is the chatterbox and gossip of the birds. For
its *kirari,* see Abr under *suda.*

71   *ni dai,* etc.: "just send me," i.e., and leave the rest to me.

74   *yi wanka,* etc. This refrain would be sung. See introductory
note for birds as messengers.

gidan kan dutsi. Presumably an earlier version of the tale would have had some reference to the fact that she was living in a "home on the rock." As has been said, the stories may vary as time passes but the formulae and the refrains pass down from one generation to the next largely unchanged, even if the words in them cease to be intelligible. Our own children still hear how "Jack fell down and broke his crown," but few of them would know what his "crown" was without an explanation that even their parents might not have.

75   *gaton.* Western dialects for *gindin.*

77   *uwa tasa.* See No. 4, note to line 9 on *kama tata.*

79   *ya kira malaminsa.* Malams were consulted in any unusual circumstance and also in the normal course of events to ascertain the propitious times for doing almost anything.

Sarki, etc. See No. 24, note to line 19.

83   *k'angarewa.* The dictionaries prefer *kangare* (with *k*): "become cold and rigid."

84   *'ba'b'bake:* probably, "started to peel off."

87   *mun da'de,* etc. See No. 21, note to line 44.

90   *ba ita a uwassa ba.* See No. 24, note to line 6. Here the "consonant" that is doubled is the glottal stop. The orthography only recognizes this phoneme in the middle of words, e.g., *ba'a, sa'a,* but, in fact, every Hausa word that the orthography shows as beginning with a vowel begins with a glottal stop. So here [bàa 'ítá 'á' 'úwársà bá].

91   *abiyar.* Western dialects for *abokiyar.* See No. 11, note to line 4 on *abokin tafiya.*

92   *na nan.* Pronoun omitted, as so often.

97   *dabi da k'aik'ai. Dabi:* a thatched roof on poles, for shade Here she did her threshing, and there would be a heap of *k'aik'ai* [= *k'aik'ayi*] all around.

99   *rirido,* etc.: another refrain. The word *rirido* itself appears to be meaningless—perhaps a hey-nonny-no or the name of the girl in the original tale.

103   *ni dai in ga:* "all I want is to see"—quite a common expression.

zama [zàmáa].

107   *rabu da ni:* "let me be."

108   *ni, ina na sami,* etc.: "how would the likes of me get herself pregnant with [such a fine boy]?" She speaks bitterly. She seems to have guessed whose corpse it was, trusting in the efficacy of her curse.

110   *biyar, shidda.* Five and six are perhaps unusual numbers for sequences of events in the tales. Three is, of course, common. But see No. 13, line 75.

112   *baiwag gona:* a slave girl who works on the farm.

ragganta. The *-n* indicates that this is a plural, [raggáa].

114   *lalatatta.* Western dialects for *lalatacciya.*

115   *Don Allah:* has become in modern times very common, indeed, almost the equivalent of the English "please," at least in the mouths of bilingual speakers. But as used here it was a strong plea, the speaker being moved by fears for the boy's life.

116   *kana uwassa,* etc. She was to sprinkle him before his mother did so. It is difficult to see why the malam told her that the other woman was going to do so at all, if he had any knowledge of fellow-wifely psychology. He certainly invited her reply by doing so!

The long denouement that follows, in which the history of the wrongs suffered by the heroine is unfolded, is paralleled elsewhere in *Tats.* There it occurs in a tale of a girl left by her father in the care of a slave who ill-treats her. At the end the father learns by over-hearing her telling her tale to some children, and then sees that justice is done. Long speeches are very uncommon in Hausa tales, so that the fact that the theme of these two should be common is noteworthy.

120   *haifuwan:* more commonly, *haifuwar.* The addition of the genitive copular *-n/-r* to the *-wa* suffix of the verbal noun is mentioned by Abraham (*Language of the Hausa People,* p. 103), but is sufficiently unusual nowadays to be worth noting.

125   *na sa yaro,* etc. This sentence too is somewhat disconnected. It seems as though the scribe, realizing that *sa:* "caused" was too strong (she had, in fact, no authority over the boy), stopped and started again.

   wai: "my thought was."

127   *ca ni kai = cewa ni ke yi.*

131   *ta shiga ruwa da su:* makes *tsumma* plural.

132   *sakan ni.* This exact phrase occurs three times in *Tats,* instead of the *sake ni* that is normal. It may be an idiom used in western dialects.

136   *bakin kome:* "[considered] worth anything."
   ka [kà] *k'yale ni.*

141   *za ni zamana.* Cf. note to line 67.

The importance of the custodianship and rights of adoption of children in the society is perhaps underlined by this argument over who stays with whom. See also Sm, *passim.*

144   *sake...sabo. Sabo* is confirmatory of *sake.*

145   *ta yi zamanta:* almost our "lived happily ever after." Cf. No. 8, note to line 13.

146   *ni ka* [kàa]: for *ni ke* is normal western dialects; but if this is what it is here, *ci* should, of course, be *cin.* Either, then, the *-n* has been dropped from *cin* in error, or *ni ka* represents a variant of either *na* [náa] or *na* [ná], i.e., it is past. The latter is more likely, in view of the pronoun in the second half of the sentence, *bai ci ni ba.*

13

A Tale of Giants

(III/185)

There are several tales about the giant *mijin maza* ("male of males") in *Tats*. They have elements in common both with the *dodo* tales and with the Tall Stories.

They resemble the second particularly in the amount of exaggeration involved, the enormous size of everything. *Babagumi*, the giant hedgehog, also appears in them several times.

The most obviously common features that the tale has with the *dodo* tales are the motif of the man who is hidden by the wife of the supernatural being; the ogre's suspecting sense of smell and his fee-fo-fi-fum comment; the wife's reply to allay his suspicions; and the final pursuit by the ogre.

As can be seen, the dialect in this story is very marked, in particular, the preference for *shi* instead of *ya* and the substitution of gemination for the *-r* genitive copula, already referred to on many occasions.

Mijim Maza

Wani mutum shina yo ma mata tasa itace kamak kayan mutum goma. In ya kawo itace, ya aje gida, shi ce "Ni mijim maza!" Mata ta ce "Mijim maza na daji." In ya tafi gobe, ya yo itace, ya aje gida, shi ce "Ni mijim maza," mata ta ce "Mijim maza na daji." Har ya yi
5   shekara guda. Ya ce "Yau sai na ga mijim maza."

Ya 'dauki takalminshi da sandasshi da butanshi, ya tafi. Ya iske mai na'dowan tsauni, shi malmalo na Lakwaja, shi malmalo na Bagale, shi zo, shi game. Ya ce "Kai am mijim maza?" Ya ce "Mijim maza na gaba."

50

Ya tafi, ya iske mai gamewan gutsun kuka goma sha biyat, shi   *10*
tumk'a yagiyar akwiya. Ya ce "Kai am mijim maza?" Ya ce "Mijim
maza na gaba."
      Ya tafi, ya iske mai yowwak kan icce ishirin, shi sa wuta, shi
shiga ciki, shina tsakaraw wuta. Ya ce "Kai am mijim maza?" Ya ce
"Mijim maza na gaba."   *15*
      Ya tafi, ya iske Babagumi na barci, sai bushiya na nik'a. Ya shige
su. Bushiya ta yi buhu 'dari da ishirin. Ya shige su, ya tasam ma
gidam mijim maza. Ya kai gidam mijim maza, bai iske mijim maza
gida ba, sai matasshi da 'danshi; 'da na goye. Matam mijim maza ta
ce "Yaro mik kawo ka nan?" Ya ce "Na zo in ga mijim maza." Ta   *20*
'dauke shi, ta sa lek'en nono. Ta 'dauki tulu, za ta 'diban ruwa. Ta
zo bakin rijiya, ta fisshe shi, ta 'debe 'da, ta aje k'asa. Ta ce da
mutumen "Rik'a min gugan nan, in 'dauko tulu guda kuma." Za shi
fa'dawa rijiya, sai da 'danta ya zo, ya kame shi, ya ce "Da ka wa inna
'banna." Uwasshi ta zo, ya ce "Da ya yi maki 'banna, ya fa'da rijiya   *25*
da guga." Ta kar'bi guganta.
      Ta tsinkayi mijim maza tafe, ta 'dauke shi, mutumen nan, ta sa
lek'en nono. Mijim maza ya kaso giwa goma, ya sa ga gillin baka, ya
rataya ga kafa'da. Ya kawo k'ofag gidanshi, ya 'dauki giwaye bisa,
ya jefo bayan zana, ya kewayo gida. Matasshi ta zo gida sa'an nan.   *30*
Ya shigo gida.
      Marece ya yi, matasshi tana aikin tuwo, da shi, mutumen nan,
shina lek'en nono, da 'danta goye kuma; hat ta gama tuwo, ta kai ma
mijim maza tuwo. Ya ce "Na ji 'dom mutum." Mata ta ce "In ni za ka
ci, da ni da 'dana, sai ka ci; wa ka san shina zuwa nan?" Ya yi   *35*
shirunshi, ya gama cin abinci. Ta zo, ta kwashe kaya, ya ce "Na ji
'dom mutum." Mata ta ce "In ni za ka ci, sai ka ci, da ni da 'dana."
Ya yi shirunshi, ya tashi zuwa barci, ya shiga 'dakinshi, ya yi barci.
      Ta fisshe shi, ta ce "Kana son ka ga mijim maza?" Ya ce "Ina so."
Ta ce "To, mu tafi, ka ga mijim maza." Sun tafi 'dakim mijim maza,   *40*
ta ce "To, lalaba ka ga mijim maza." Ya lalaba, ya ce "Mijim maza!
Wallahi! Mijim maza!" Mata ta ce "Yi ta gudu!" Ya yi ta gudu.
      Mijim maza ya tashi da safe, ya ga sawun mutum, ya ce da mata
tasa "Lalatatta! Ai na ce na ji 'dom mutum, kin ce babu." Ya ce
"Mik'o min takalmana, mik'o min sandana da walkina." Ya sa takalma,   *45*
ya 'darma walki, ya 'dauki sanda, ya bi mutumen.
      Shi, mutumen, ya iske mai malmalowan dutsi. Ya ce "Yaro mi ak
kore de kai?" Ya ce "Mijim maza ya koro ni." Ya ce "Ina shi ke?"
Ya ce "Ga shi can, shina zuwa." Ya ce "Shi ne wancan, ko dutsi ne?"
Ya ce "Shi ne." Ya ce "Yi ta gudu!" Mijim maza ya kawo ga mai   *50*
malmalowan dutsi, ya ce "Ba ka ga yaron da ni koro ba?" Ya ce "A'a,
ban gas shi ba."
      Yaro ya tafi, ya iske mai tsakaraw wuta. Ya ce "Yaro, mi ak kore
da kai?" Ya ce "Mijim maza ya koro ni." Ya ce "Ina shi ke?" Ya ce
"Ga shi can, shina zuwa." Ya ce "Shi ne wancan, ko dutsi?" Ya ce   *55*

"Shi ne." Ya ce "Yi ta gudu!" Mijim maza ya kawo ga mai tsakaraw wuta, ya ce "Ba ka ga yaron da ni koro ba?" Ya ce "Ban gas shi ba."
Yaro ya iske mai gamewan gutsun kuka goma sha biyat shi tumk'a yagiyar akwiya. Ya ce "Yaro, mi ak kore da kai?" Ya ce "Mijim maza
60 ya koro ni." Ya ce "Ina shi ke?" Ya ce "Ga shi can, shina zuwa."
Ya ce "Shi ne wancan, ko dutsi?" Ya ce "Shi ne." Ya ce "Yi ta gudu!"
Mijim maza ya kawo gare shi, ya ce "Ba ka ga yaron da ni koro ba?"
Ya ce "Ban gas shi ba." Yaro ya shige, mijim maza ya shige.
Yaro ya kawo ga Babagumi, Babagumi shina barci. Bushiya ta ce
65 "Mi ak kore da kai?" Yaro ya ce "Mijim maza ya koro ni." Ta ce
"Shi ne wancan, ko dutsi?" Ya ce "Shi ne." Bushiya ta ce "Yi ta
gudu! Na farin ba su kar'be ka ba, balle ni." Yaro ya shige. Mijim
maza ya kawo, ya ce "Salamu alaikum." Shi, Babagumi, tun da an
haife shi, shina barci, bai tashi ba, balle shi wanke ido. Mijim maza
70 ya ce "Mazakai gare ka!" Ya ji, ya k'yale shi, bai yi masa magana
ba. Sai mijim maza ya zamna, ya jingina banshi ga jikin Babagumi;
Babagumi bai motsa ba. Shi mijim maza ya ce "Na san maganinshi."
Ya sa bida wuta, bida ta yi ja. Ya 'dauka, ya zoza masa ga jiki, har
bida ta huce. Ya sa wuta kuma, ta yi ja, ya 'dauka, ya zoza masa, ta
75 huce. Ya sa kuma, har aji biyat. Ga na shidda ya zoza masa, ta yi
kusa hucewa ga jikinshi, sai Babagumi ya nisa, ya ce "Wa ka yi mani
susa?" Mijim maza ya ce "Na sallama ma ne."
Bushiya ta nik'a buhu talatin na gari. Da ta nik'a 'dari da ishirin,
Babagumi ya tashi zamne. An jera buhu na gari har aji biyu. An kawo
80 tulun ruwa goma, an jera su. Ya 'dauki rabin buhun nan, ya shanye;
ya 'dauki tulun ruwa biyat, ya taushe. Ya 'dauki rabin buhun wancan,
ya shanye; ya 'dauki tulun ruwa biyat, ya taushe. Ya yi gyashi ka'dan,
ya ce "'Yar banza bakantatta, abin da kin nik'a ke nan?" Kamin su
gama, ta nik'a goma, ya shanye; ya sa tulun ruwa biyu, ya taushe.
85 Da Babagumi da mijim maza sun kama kokowwa. Babagumi ya
'dauki mijim maza, ya ka'da shi tafiyak kwana biyu. Shi mijim maza
ya ciji hannu, ya ce "Yanzu da k'arfina, har a ce wani gyande ya yi
jifa da ni?" Mijim maza ya yo kurari, ya zo, ya 'dauki Babagumi, ya
jefa shi tafiyak kwana biyat. Kan Babagumi ya kafe k'asa. Gemen
90 Babagumi ya tsira k'asa; wani 'dan ciyawa na nan, ana ce da shi
"Gemen kusu." Gemen Babagumi ne, ya tsira nan, har ya yi yawa a
duniya.
Iyakatta ke nan. K'ungurus kan kusu; kusu ba ya ci kaina ba, sai
shi ci kan 'dam banza. Gobe da safe kewaya ban 'daki, ka tsintsi
95 babbar ijiya, ka saye jam bancenka, ya kai Kano, ya kai Daura, ya kai
Sakkwato, amma ba ya gama gindinka ba.

Notes

1   *yo = yiwo.*

2   *mijim maza*: a collocation expressing extreme masculinity and power, something like "real he-man," perhaps "Superman"!

3   *na daji.* Pronoun omitted.

5   *sai na ga.* Cf. No. 23, note to line 12.

6   *butanshi. Buta* is usually feminine.

7   *na'dowan tsauni*: proverbially, impossible. For the form *na'dowan,* see No. 12, note to line 120.

      malmalo: not in the dictionaries, but must mean "root up and bring."

      Lakwaja...Bagale. Perhaps Edgar's scribe wrote this from Lokoja. Edgar himself, who was in 1912 in Numan, would have traveled through Lokoja to get there. Moreover, Lokoja, as the old capital of the Niger Company, would have been known to a number of the scribes who worked for the government.

10   *gamewan.* Cf. *na'dowan tsauni* in line 7; see also No. 12, note to line 120. The scribe seems fond of this construction.

      kuka: the bulkiest of all the trees.

11   *yagiyar.* Western dialects for *igiya.*

12   *na gaba.* Pronoun omitted, colloquially.

13   *yowwak = *yiwowar = yin* in modern Hausa.

14   *tsakaraw*: would be *iza* in modern Hausa.

16   *Babagumi*: has several variants as a word meaning "huge," but it also seems to be a proper name for the giant hedgehog referred to in the introductory note; his wife is *bushiya,* who, unlike *K'ok'i* it seems, has only the generic appelation.

17   *buhu*: of flour, of course. A sack weighs perhaps two hundred pounds, so she ground about ten tons of corn!

19   *na goye.* Pronoun omitted, colloquially.

      goye [gòoyé]: both "actually being carried" and "of an age when he was carried," the two meanings usually applying at the same time. The son would, in fact, be under two years.

20   *mik = mi ya.*

21   *lek'en nono*: the space between her breasts, presumably covered by a cloth fastened under her armpits. A Brobdinagian scene.

23   *tulu guda kuma.* The *kuma* implies probably that she had brought one on her head and was going back home for another. The bucket must have been hanging over into the well, and the weight of it proved too much for our Gulliver.

24   *da* [dàa] *ka wa*: "otherwise you would have." Sc. *yi* after *ka.*

28   *kaso*: from *kashe.*

      gillin baka: meaning doubtful, perhaps = *gindin baka*: "the foot of his bow."

30   *zana*: of which the fence around his compound was composed.

33   *hat ta* = *har ta.*

34   *'dom* = *'doyin.* For the motif, cf. No. 10.

35   *wa*: i.e., "who else."

36   *kaya*: i.e., the calabash or bowl from which he had been eating.

39   *ta fisshe shi*: the man, of course.

41   *ga*: not strictly accurate, as it was dark. He was to get an idea of Mijin Maza's size by feeling all over him.

42   *wallahi*: disconnected ejaculation of amazement at the enormous size.

44   *lalatatta.* Western dialects for *lalatacciya.*

48   *kore* [kòoré]. This adverbial form of the verb is normally extended by *da*, as here; e.g., *yana rik'e da mashi*: "he is holding a spear."

49   *ko dutsi ne*: a stock question to indicate the appalling size of something approaching. So in a tale when Spider is playing the elephant off against the camel to his own advantage, the camel asks this before running off in fear of the elephant.

51   *a'a.* Though, of course, we do not have the tones, it is to be presumed that this is [áa'àa]: "no" rather than [á'á]: exclamation of surprise. However, normally in modern Hausa, one would expect the reply *i* here; perhaps that is why he repeats the full sentence, to avoid misunderstanding. It is noteworthy that when the question is asked again in line 57, *a'a* is not answered.

68   *salamu alaikum*: a fairly obvious addition to the original tale. It would be interesting to know what the greeting was in pre-Islamic days. Perhaps it was *sannu.*

     tun da an haife shi. An is unusual after *tun da*, the *-ka* forms of the pronoun being normal in such position.

69   *wanke ido*: the first thing a Hausa child does on getting up, whereas we specify "face" rather than "eyes."

70   *mazakai*, etc. The Edgar text here reads *maza kai*, etc., none of the possible translations of which seem to make sense unless it is some kind of a formularized challenge. *Zaka* or *zakka* is "come" in western dialects, from which might be formed *mazakayi.* If this is a correct emendation, the phrase should translate "you have a visitor," but it is a little uncertain.

71   *banshi* = *bayansa.*

75   *aji.* Western dialects for *sau.*

     biyat, shidda. See No. 12, note to line 110.

77   *susa*: much milder than *zozo* [*goga*]. He hardly felt it.

     salama = *sallama*: usually a noun, "formal greeting, saying *salam alaikum*," but here it appears to be a verb followed by the dative *ma* [= *maka*].

79   *tashi zamne*: "sat up."

       aji biyu. If you line things up twice, presumably you make two rows.

80   *shanye*: the normal word for the consuming of *gari*.

81   *taushe*: apparently, "overturned," i.e., "drained."

83   *bakantatta*: "degenerate."

       abin da...ke nan? As usual, the *ke nan* indicates finality; cf. *tafiya ke nan?* "is it time for us to be off?"

84   *gama*: "finished [fighting]."

       ya sa, etc. See No. 10, note to line 123 on *sa*.

86   *ka'da* [ká͗a'dàa]: "threw."

87   *da k'arfina*: "strong as I am."

       gyande = *gyandai*.

90   *'dan ciyawa*: strictly, of course, *'yar ciyawa.* Cf. *butanshi* in line 6 for this scribe's tendencies.

93—96   For the long final formula, cf. No. 10, lines 160—163, the main difference being that here several more places are mentioned.

14

Kindness Unrewarded

(III/159)

This story is a fair example of the *Enfant Terrible* genre (see M. J. and F. Herskovits, *Dahomean Narrative*, Introduction), of which *Tats* contains several. Such a tale will sometimes begin with a woman who was barren and who had long prayed in vain for a child; finally her prayer is answered, but the result is either a freak, a monster (see AT, p. 239), someone whose name may never be uttered, or an *enfant terrible* such as the boy in this tale.

One tale in *Tats*, which has much in common with this, makes the boy the Youngest Son (*Auta*)—itself another genre—and puts in the role of the malam his elder sister, charged by her parents before their premature death never to thwart Auta's wishes. In that tale we have both the arson incident and the rescue by the bird that is spoiled by Auta's malicious love of harm.

In the tale here, once again we have an etiological element, visible at the end in the moral there enunciated. This, it might be argued, is the perfect opposite to that expounded in the parable of The Good Samaritan, but it goes well with the Islamic sentiment expressed in the words "among the excellences of Islam is the leaving alone by a man of that which concerns him not," i.e., the avoidance of *karambani* (see No. 20, (50)–(53)).

There is a similar tale of Moses in the Koran, drawn on by Voltaire for one of the stories in *Zadig*, where apparently malicious damage is shown to be for the best in the end.

Tatsuniyar Wani Yaro

Ran da aka haife shi, ubansa ya mutu, uwassa ta mutu, danginsa duk
suka mutu. Kowanene ya 'dauke shi zai taulafe shi, ya mutu. Suka
bar shi hakanan, ya zama su'umi.
Yana nan, ya je cikin daji a hanya, ya zamna. Wani malami mai
tausayi ya zo, ya same shi, ya ce masa "Yaron nan, wa ya kawo ka,   5
ka zamna a daji hakanan?" Ya ce "Ni na kawo kaina." "Ina iyayenka?"
Ya ce masa "Iyayena duk sun mutu." "Ba ka da wanda ya taulafe ka?"
Ya ce "Babu." Ya ce "Na gani tausayinka, na 'dauke ka in taulafe ka."
Yaro ya ce masa "Yau!" Ya 'dauke shi.
     Suka yi tafiya tare da yaro, suka je wani gari, suka nemi masabki,   10
suka sabka. Mai gidansu ya gani malami, bak'o, tare da yaro, ba shi
da mace. Ya yi tuwo mai yawa, ya kawo masu, suka ci. Ya bar yaro
yana su'di. Yaro ya su'de k'warya, yaro ya ce "Na gode. Na rabu da
yin k'oshi haka, amma na fasa k'wariyan nan." Ya ce masa "Kada ka
yi!" Sai yaro ya fashe k'warya. Ya ce "A'a! Ka sa ni kunya; ga ni,   15
ba ni da dukiya, da minene zam biya su?" Yaro ya zamna shiru. Malam
ya 'dauki sakaina, ya 'boye. Sai ya ce "Mu yi anniya da dare mu tashi,
mu gudu." Yaro ya ce masa "To." Suka kwanta, suka yi barci, suka
makara har rana ta fito.
     Mai gidansu ya ce da matassa "Je ki ki kar'bo k'warya tuwon   20
bak'i." Ta zo, ta same su, suna 'damren kayansu, za su tashi. Ta yi
sallama, sai malam ya firgita, ya 'dauki kaya, ya ce "Yaro, rik'e!"
Yaro ya rik'e. Ya ce "Uwar gida, bari im mun fita, ki shiga cikin 'daki,
ki 'dau k'warya." Ita ko ta tsaya. Ya ce da yaro "Mu tafi!" Yaro ya
ce "Bar ni in yi al'adata." Yaro ya shiga cikin 'daki, ya 'dau wuta,   25
ya sa ma 'daki. Sai ta ga wuta ta tashi, tana kururuwan wuta. Malam
ya gudu da yaro, suka fita gari, suna anniyar gudu dai. Gari kuwa
suna gudummawar wuta.
     Suka tsere, suka je wata gona, suka samu doki. Ashe dokin sarki
ne, an kawo shi ya sha iska. Sun gaji da gaske, malami yana numfashi   30
sama-sama. Yaro ya ce masa "Malam, ga doki mai kyawo, amma za
ni soke shi." Malam ya ce "Bari! Bari!" Ya soki doki da mashi. Sai
aka yi kururuwa "Ku tare! Ku tare!" Sai suka shiga gudu. Labari ya
tafi cikin gari, an kashe dokin sarki. Sarki ya ce "Ku hau dawaki,
ko'ina suka shiga, ku kawo su." Suka hau, suka bi su.   35
     Malam ya gani wani babban itace, ya ce da yaro "Gara mu hau
itacen nan, mu 'boye." Suka hau da yaro, suka 'boye. Mutanen sarki
suka yi sukuwa a daji duk, ba su gan su ba. Suka komo gutsun itacen
nan. Rana ta buge su, sun ce "Gara mu huta a nan." Suka zamna a
gutsun itacen nan, ba su sani ba malamin nan da yaron nan suna bisa   40
itace.
     Sai yaro ya ce "Malam, ina jin kashi." Malam ya ce masa "Yanzu
in ka yi kashi, za su gane mu." Ya ce "Zawo ne, babu dama in rik'e."
Malam ya cire hula, ya ce "Yi a hula." Ya yi kashi, ya cika hula fal.

45 Ya ba malam ya rik'e. Ya ce "Malam, har yanzu ina jin kashi." Malam
ya zare takardu, ya ba shi gafakka, ya cika kashi a gafakka fal. Ya
ba malami ya rik'e. Ya ce "Malam, har yanzu ina jin kashi." Malam
ya ce "Yi a aljihuna." Ya yi, ya cika aljihu fal. Ya ce "Malam, ina
jin kashi." Malam ya ce "Don Allah ka yi hank'uri!" Ya ce "Wa ya
50 ta'ba yin hank'uri da kashi?" Sai ya sake kashi a k'asa a cikin mutane
    Suka ce "Kashin minene wannan?" Suka duba bisa, suka gan su.
Suka ce "Ga mutanen da muka nema." Malam ya tashi da yaro, suka
tafi reshe na sama, suka zamna. Mutanen sarki, wa'dansu sun hau,
ba su kai wurinsu ba; ya gagare su. Sun sabka, sun ce "Ina dabara?"
55 Babbansu ya ce "Mu zamna, mu aika a gaya ma sarki." Wani ya ce
"Idan mun aika wurin sarki, ba mu isa komi ba ke nan. Mu sare itacen.
Ga mu, muna da yawa." Suna saran itace, sai babban tsuntsu ya zo, ya
sabka kusa da malam da yaro. Yaro ya ce "Malam, na gani kaman za
mu tsira; kama k'afata da kyau, har in kama k'afar tsuntsu." Yaro ya
60 kama k'afar tsuntsu. Tsuntsu ya zabura, ya tashi da su duka biyu, ya
tafi.
    Mutane suna ce "Sun tsira." Tsuntsu na tafiya, yaro ya ce "Malam
k'afata ta gaji; gara ka kama wutsiyar tsuntsun nan, ka bar k'afata ta
huta ka'dan." Malam ya ce masa "Yi hank'uri." Ya ce "Im ba ka kama
65 wutsiyan nan ba, na gaji, na sake." Malam ya kama wutsiya, ya sau
k'afar yaro. Wutsiya ta sa'bule a hannun malam. Yaro ya ce "Malam,
mu kwana lafiya!" Malam ya je, ya buge a k'asa, ya mutu. Yaro ya
tafi da tsuntsu, bai sake ba har tsuntsu ya gaji, ya je ya sabka sannu.
Yaro ya tashi, ya tafi abinsa.
70   Don haka, in ka gani mutum, duniya ta yashe shi, kada ka ta da
shi; ba za ka fi su k'ok'ari ba.

Notes

2   *kowanene*: would be *duk wanda* in modern Hausa.
     taulafe. Western dialects for *tallafe*. God obviously meant
him to be left severely alone, the thought runs.
3   *su'umi = shu'umi*: i.e., a Jonah.
4   *yana nan*: "he continued thus for a while."
5   *yaron nan*. Cf. No. 15, note to line 13.
8   *gani tausayinka*. Two points are worthy of comment here:
first, in general nowadays, *ji* is used for feelings, and indeed for all
senses except sight; it would certainly be used here. Secondly, *ga*
is the form of *gani* used before a noun object; whereas this scribe
uses *gani*, here and in line 11.
9   *yau*: this exclamation is probably that written *yo* [yoð] in
modern orthography, i.e., an expression of doubtful assent, "well, if
you must."
11   *ba shi da mace*: i.e., who could prepare his food for him.

13   *na rabu da*: i.e., "for a long time." In modern Hausa, the phrase would probably be *rabona da ... ya da'de*.

14   *na* [naà] *fasa*. In modern Hausa the *za* future would more probably be used.

16   *dukiya*: in its general connotation of "wherewithal" is probably more common in *Tats* than it is today. Nowadays *ku'di*—which sixty years ago tended to mean "cowries"—would be used in a situation like this. Note too in *Tats* that when *dukiya* is not used as here, it will often mean "beasts and slaves," at one time or another the main sorts of wealth. With this may be compared the connection between "cattle" and "chattels" in our own language.

19   *makara*: probably the earlier meaning of the word was this one, "to get up late," from which in modern times it has spread to the concept of being late in general.

28   *gudummawar wuta*, or *gudummowar gobara*: the general rallying to help, in places where fire brigades are not known.

30   *sha iska*: a very common phrase, some of whose connotations are given in Abr under *sha*. Perhaps "for a change of air" might render it here or "for some exercise," if you are thinking of the journey there and back.

31   *sama-sama*: Abr gives "scarcely breathing" for this phrase, but "completely out of breath" seems more suitable to the context; *sama-sama* is normally "superficially."

33   *ku tare* [tárè]: "stop, thief!"; the verb means "cut off, intercept" normally.

35   *ko'ina*: would probably be *duk inda* in modern speech.

37   *suka hau da yaro*. Cf. No. 21, note to line 44.

42   *jin kashi*, and *jin fitsari* [or *bawali*]: normal ways of expressing the desire to relieve nature. It is not perhaps necessary to psychoanalyze this Rabelaisian—and funny—passage, but it is worth drawing attention to the common metaphorical uses of *kashi* in such phrases as *ya sha kashi* and *kashinsa ya bushe*, where evil and suffering are involved. Even such a respected modern author as Abubakar Imam makes use of an incident borrowed from folklore in his *Ruwan Bagaja* in which the powerful paramour makes love to the wife, during which time the husband is forced to keep fanning the flies away from the paramour's excrement—the epitome of humiliation.

49   *Don Allah*. See No. 12, note to line 115.

      hank'uri. Western dialects for *hak'uri*.

54   *ya gagare su*. The subject (understood) is the attempt to reach them.

56   *ba mu isa*, etc.: "that means we're not worth anything."

58   *kaman za mu*. See No. 8, note to line 31 on *kaman*. The effect of *kaman* is to make the sentence vaguer: "it looks as if."

59   *har in. Har* is commonly used thus with the subjunctive pronoun form; see Abr under *har*. There is ellipsis of some such thought as "wait a minute" before the phrase.

65   *na gaji, na sake.* Probably both *na*'s are [naà], though the first one might possibly be [náa].
          sau = saki.
66   *sa'bule*: "pulled out, came out."
67   *mu kwana lafiya*: "good-bye," normally said in the evening In the Auta tale referred to in the beginning note, this phrase occurs when one of the chief's men is spurring his horse to charge the *dodo*— whom, in fact, though he doesn't know it, Auta has already killed— and he does not expect to return. He says *Duniya, mu kwal lafiya! Lahira, salamu alaikum!* "Good night, sweet world!"
          buge: here seems to be intransitive, "crashed," unless the *a* has been inserted by accident, which is unlikely.
68   *bai sake* [sákè] *ba.*
70   *yashe = ya da.*
71   *k'ok'ari*: here, "succeeding," rather than the more usual "trying." Perhaps, "your effort won't be any better than theirs."

15

Working Is
Better Than Begging

(I/19)

This is a typical example of the category of tales, described in No. 6,
of encounters between *Maguzawa* and malams. Here, the malam, the
holy man, is shown at his worst—a lazy mendicant who is worsted
even in his own trade, words. Cf. tales about parsons listed in AT,
pp. 486–507. The *Bamaguje*, on the other hand, is the hard-working,
shrewd, outspoken countryman.

Teacher and pupils in a Koranic school rely largely on the charity
of the townsfolk for their food and probably for their lodgings too,
unless they make their own encampment (*tsangaya*) outside the town.
A variant (I/42) makes this tale an explanation of the proverb *tsammanin
warabbuka, malam ya k'i noma domin zakka*: "relying on God's bounty,
the malam refused to farm because of the tithes [he hoped to get]."
Warabbuka is Arabic: lit., "and your Lord," and is presumably the be-
ginning of a Koranic verse that states that God will take care of His
servants.

Malami da Bamaguje

Wata rana wani malami ya zo gidan Bamaguje garin neman sadaka.
Bamaguje ya ce da malami "Kai malam, ka cika da son banza. Kullum
ka tafo, a ba ka sadaka, ba ka aikin komi. To, tafo in gaya maka wani
karatu. In ka gane ma'ana tasa, im ba ka sadaka. In ko ba ka gane
ba, ba ni k'ara ba ka sadaka."   5
Malam ya ce da Bamaguje "To, fa'da mani mana." Bamaguje ya
ce da malami "Im bazara ta yi, ka ajiye gafaka, ka 'dauki gafaga.
Sai in rani ya yi kuma, ka ajiye gafaga, ka 'dauki gafaka." Malami

61

ya ce "Ni ban san wannan irin karatu ba. Minene gafaga?" Bamaguje
10 ya ce "To, ka san na farko da na gaya maka, 'gafaka'?" Sai ya ce
"Ga ta a kafa'data!" Sai Bamaguje ya ce "Amma abin da a kan ce da
shi 'gafaga,' ga galma, fa fartanya, shi kuma 'daya 'ga'—gatari. To,
ka ji kayan noma ke nan na fa'da maka. Kai dai, wannan malami, ba
ka san komi ba. Tafi, ka yi ta noma, kada ka k'ara bara kuma."

Notes

1   *garin* [gàrín]: "with the intention of."
2   *cika* [cìká] *da son banza*: "full of love of what is useless."
     kullum ka tafo. *Kullum kana tafowa* would seem more logi-
cal here.
4   *karatu*: the malam's trade.
     ma'ana tasa. See No. 4, note to line 9 on *kama tata.*
7   *gafaka*: which the malam would be carrying on his shoulder
and which contained his writing things.
     gafaga: coined by the *Bamaguje*—the point of the story.
Two words have been deleted from the Edgar version here and in line 8
and two lines added from a version given by Malam Mahmudu, who
assisted Dr. Bargery with the dictionary. The Edgar version pointlessly
makes the malam ask what *gafaka* is.
11   *amma*: here, not "but," but "as for," which is its meaning
in the Arabic, from which this word was borrowed (see A. N. Skinner,
J. Afr. Lang., Vol. 6, Pt 2(1967), pp. 146—152).
12   Malam Mahmudu's version more artistically makes the order
gatari, fartanya, and *galma* [*garma*], explaining that with the first
you cut down the trees and clear the bush, with the second you hoe
the young corn, and with the third you bank up (*hu'da*) the tall corn to
support it and so increase its yield.
13   *wannan malami.* The use of *wannan* or -*nan* in addition to
a second person pronoun is not uncommon, frequently to indicate scorn
or exasperation; cf. *kai, wannan yaro, ba ka da hankali!*
14   *bara* [bárà]: "begging."
     kuma. This does not add much meaning to *k'ara*, but makes
a more balanced final sentence.

16

Say What You Mean!

(III/53)

Here we have another *Bamaguje* tale (see No. 6). The name *Bamaguje* is said to be derived from the Arabic *Majūs*: "Zoroastrian." Presumably the early Hausa Muslims wished to distinguish those non-Muslims who lived among them, paid taxes, and spoke their language from the out-and-out pagans (*arna, kafirai*) who lived beyond their borders and whom they might freely raid for slaves.

All the four incidents of this story depend on the possibility of taking a particular sentence of Hausa in either of two ways. These ambiguities make the sentences impossible of exact translation into English. Thus, however shocking the results may be to one's humaner feelings, the breaking of a child's arm, the killing of a foal, the burning of an old woman, and the slaughter of someone else's rooster are shown to be in accordance with the letter of the instructions given to the *Maguje*. The law is shown to be an ass, and the simple countryman is shown to be not so simple when it comes to understanding his own language.

Bamaguje da Masu K'ara

Bamaguje ya tashi, shina tafiya, sai ya ga gonar takan'da, mai takan'da a ciki. Sai Bamaguje ya je, ya sayi takan'da, shina sha.

Sai ya gamu da mace mai goyo, barden goyo; sai yaro ya rik'a rik'a ma Bamaguje hannu. Sai Bamaguje ya ce "Kai 'dan samari, mi a ke so?" Sai uwar yaro ya ce ma Bamaguje "Wai ka kariya masa a'ba." Sai Bamaguje ya kama hannun yaro, ya kariya wurin ga'bar hannu. Sai ya yi tafiya tasa, yana shan takan'da. Sai yarinya ta biyo Bamaguje.

5

Bamaguje na tafiya, sai ya gamu da malami bisa go'diya; go'diya
10 ta haifu, tana da 'da, 'da na baya. Sai malami ya ce "Mai tafiya, ga
'dan doki nan, bugo mani shi." Sai Bamaguje ya sa gatari, ya sari 'da
doki; 'dan doki ya zabura, sai ya fa'di. Sai mai go'diya ya biyo
Bamaguje.

Bamaguje na tafiya, sai ya ga mutane masu yawa suna noma; ga
15 tsohuwa, an girka wata babbar tukunya. Sai Bamaguje ya biyo ta wuri
mutanen nan, za shi garin shan taba wurin wuta. Sai masu noma suka
ce ma Bamaguje "In ka je, ka tura ma tsohuwan nan wuta." Bamaguje
ya 'debi wuta, ya sha taba; sai ya 'dauki tsohuwa, ya tura cikin wuta,
ya yi tafiya tasa. Sai masu tsohuwa suka biyo Bamaguje.
20 Bamaguje ya je ga gari, ya sabka. Da ya sabka, sai aka kai shi
'dakin da kaji su ke ciki. Ya ce "Gari kaza ni ke son zuwa. Da wane
wokaci zan tashi in kai garin nan?" Sai suka ce masa "Kukan zakara
ka tashi da shi." Sai ya ce "To." Dare ya yi, Bamaguje ya shiga 'da
ya yi kwana.
25 Da assuba, da zakara ya yi k'ik'irik'i, sai Bamaguje ya tashi, ya
kame zakara, ya mur'de wuya, ya tafi da zakara. Masu zakara suka
bi Bamaguje har garin nan; shi ko garin nan, nan alk'ali ya ke. Suka
kai Bamaguje k'ara wurin alk'ali.

Mai 'da ta zo. Alk'ali ya ce "Kai Bamaguje, ina gaminka da
30 wannan, har da ka kariye ma 'danta ga'bar hannu?" Sai Bamaguje ya
ce "I, akwai dalili kuwa, alk'ali." Alk'ali ya ce "Dalilin nan mu ke
so ka fa'da mana, Bamaguje." Bamaguje ya ce "To! Ina shan takan'd
na gamu da ita; yaro ya mik'a mani hannu; na wuce, sai uwarsa ta ce
'Kai mai tafiya, yaro na so ka kariya masa ga'ba.'" Ya ce "Alk'ali, n:
35 kau na zo na kariya masa ga'ba; ba ta ce mani ga'bar kara ba." Alk'a
ya ce "Bamaguje, mun ji batunka." Alk'ali ya tambayi mace mai 'da,
ya ce mata "Ke mace, haka aka yi? Cewa kika yi ya kariya masa
ga'ba?" Ta ce "I." Sai alk'ali ya ce "Bamaguje ya fi ki gaskiya; ke
kika kariya ma 'danki ga'bar hannu. Tashi ki yi tafiyarki, kin kawo
40 k'ara banza."

Sa'an nan alk'ali ya ce "Ina malami mai go'diya?" Malami mai
go'diya ya ce "Allah shi gafarta, malam, ga ni!" Alk'ali ya ce "Zo,
kai kuma! Mu ji batunka, da kai da Bamaguje." Malami ya fa'di
magana tasa. Alk'ali ya ce "Malam, mun ji taka magana, saura ta
45 Bamaguje." Alk'ali ya ce "Bamaguje, fa'di maganarka, kai kuma, mu
ji." Bamaguje ya ce "I, Allah shi gafarta, malam." Bamaguje ya ce
"Na gamu da malam, ina shan takan'da, shina bisa go'diya; go'diyas
tana da 'da, 'dan shina baya. Malami ya wuce, ni na wuce, sai na ji
malam ya ce 'Kai mai tafiya, buge mani 'dan dokin nan.' Ni ko na
50 buge 'dan doki. Ya zabura, sai ya fa'di; ni, bai ce mani 'Koro mani
'dan dokin nan ba.'" Alk'ali ya ce "Kai malam, haka ka ce masa?
Cewa ka yi shi bugo 'dan dokin nan?" Malami ya ce "I." Sai alk'al
ya ce "Malam, ka kawo k'arar banza; Bamaguje ya fi ka gaskiya.
Tashi ka yi tafiyarka." Sai malami ya yi tafiya tasa.

Alk'ali ya ce "Ina masu tsohuwa?" Suka ce "Allah shi gafarta,   55
malam, ga mu!" Alk'ali ya ce "Ku zo, ku kuma, mu ji taku magana."
Suka zo, suka fa'di. Alk'ali ya ce "I, mun ji taku magana." Alk'ali
ya ce "Kai, Bamaguje, hakanan aka yi?" Bamaguje ya ce "I, hakanan
ne." Bamaguje ya ce "Amma, alk'ali, ni na tafo, kwa'dan taba ya kama
ni, ba wutar da zan sha hayak'i; sai na hango mutanen nan, suna noma;   60
sun ko hura wuta, sun yi sanwar wata k'atanyar tukunya. Na biyo ta
wurinsu, na ce ina so in je in sha taba wurin wutan can; suka ce mani
in tafi, in na sha, in tura ma tsohuwa wuta. Ni kau na je, na sha
taba, alk'ali, sai na 'dauki tsohuwa, na tura ta wuta. Ba su ce mani
in iza wuta ba." Sai alk'ali ya ce "Ku masu tsohuwa, hakanan ne? Ba   65
ku ce masa ya iza wuta ba?" Suka ce "I. Mu dai mun ce masa ya
tura ma tsohuwa wuta." Alk'ali ya ce masu "Kun kawo k'arar banza;
Bamaguje ya fi ku gaskiya. Tashi ku tafi, ku ba ni wuri!"
    Sa'an nan alk'ali ya ce "Ina masu zakara?" Suka ce "Allah shi
gafarta, malam." Alk'ali ya ce masu "Ku zo, ku kuma, ku fa'di batunku."   70
Sai suka ce "Ka ji ka ji ka ji yadda aka yi." Alk'ali ya ce "To, mun ji
taku magana. Ina Bamaguje?" Bamaguje ya ce "Ga ni, alk'ali."
Alk'ali ya ce "Fa'di maganarka." Ya ce "I. Ni dai na zo, na sabka
gidansu; 'dakin da suka kai ni, ashe kaji na kwana ciki. Na tambaye
su, na ce 'Da wane wokaci za ni tashi in kai garin can?' Suka ce   75
mani kukan zakara na fari, in tashi da shi. Ba su gaya mani komi ba.
Ni ko, da zakara ya yi kuka, sai na tashi da shi; in da sun ce mani
kukan zakara in fito in ta tafiya, to. Ba su gaya mani hakanan ba."
Alk'ali ya ce masu "Ku masu zakara, ba ku ce masa hakanan ba?"
Suka ce "Malam, ba mu gaya masa ba." Sai alk'ali ya ce "Kun kawo   80
k'arar banza, ba ku da gaskiya. Ku dukanku ba mai gaskiya, ko mutum
guda. Bamaguje ya kashe ku; ku tashi ku ba ni wuri!" Alk'ali ya kore
su, don ba su da gaskiya. Shi ke nan. Haza wassalamu.

Notes

    2   *na ciki.* Pronoun omitted, colloquially, and similarly for
many phrases in this tale.
        sha. Sugarcane is another thing that you "drink"; cf. *gari*
in No. 13.
    3   *barden goyo:* refers to the child, and is a metaphor for
one nearly ready for weaning.
    5   *kariya = karya* [káryà]. It is worth nothing the different
words in Hausa for "break," "snap," and so forth as you come across
them. This word, for example, would not be used of something flexible
like string.
    6   *ga'ba:* the crux of the first incident; this means both "limb"
and "section" (of sugarcane), also "joint" in *ga'bar hannu.*
    9   *go'diya.* Malams tend to ride mares rather than the stallions
ridden by chiefs and members of *sarauta* families.

11   *bugo*: the misunderstood word in the second incident.
sa gatari. Cf. No. 10, note to line 123 on *sa*.
16   *garin* [gàrín]: "with the intention of. "
17   *tura ma tsohuwan nan*: the third point, i.e., they used the
general word *tura* where they should have been more specific and sai
iza. Also involved is the fact that *ma* may operate either for the ben
fit of or to the disadvantage of the object of the verb; see No. 7, note
to line 22 on *ya zuba masa*.
21   *gari kaza* [kàzáa]: i.e., he gave the name of the town, but
the storyteller is not bothering with it—a common usage in the tales;
cf. the usage of *Wane* and *Wance* for persons (No. 10, note to line 16
22   *wokaci* = *lokaci*. The probable development of *lokaci* from
the Arabic is *al wakt* (Arabic) > *alwakat* > *lokati* > *lokaci*. *Wokaci*
appears to be the reflex of the Arabic word without the definite articl
al.
23   *ka tashi da shi*: the fourth misunderstanding; i.e., they
meant *da* to be taken as "with, at the time of," but the *Bamaguje* too
it, apparently, to mean "together with," and the *shi* to refer to *zakar*
rather than to *kukan*; so, "set off [on your journey] with it" rather tha
"rise with it. " See line 79 for what they should have said.
29   *ina gaminka*. As so often, *gama* comes to mean "meet
[someone] with evil result"; cf. No. 24, note to line 4.
31   *i* [ìì]: not "yes," but, with the falling tone, something of
a hesitation word used in answer to questions such as this which see
something more than a one-word reply.
alk'ali: as a general term of address is a literary conven-
tion; see No. 24, note to line 19. Those in his court would probably
use *Allah shi gafarta, malam*, as the malam himself does in line 42.
But it may be that the *Bamaguje* himself, as the simple countryman,
would use the blunter term of address, scorning honorifics.
35   *kau* = *ko* = *kuwa*.
kara: most commonly, the stalk of guinea corn or millet.
38   *gaskiya*: may as often be rendered as "right" as by "truth
Thus *ba ka da gaskiya*: "you're wrong. "
47   *na gamu da malam*. See No. 6, note to line 10.
49   *kai mai tafiya*: the normal way of calling any passer-by
on foot whose name you don't know. If he is on a horse, you might
say *mai doki*; on a bicycle, *mai keke*.
50   *bai ce mani*, etc. The second *ba* is surely omitted in erro
55   *masu tsohuwa*. Note what a useful word *mai/masu* is.
Here it is "those concerned with the case of. "
56   *taku magana*. Emphasis on the *taku*, contrasted with thos
that have gone before.
59   *kwa'dan* = *kwa'dayin*.
60   *ba* [baà] = *babu*, as often.
sha hayak'i: yet another of the things that you drink; cf.
No. 13, note to line 80. The commoner idiom is *sha taba*, but the scr

probably felt this would be tedious, as he had *taba* in the last line. Muslim Hausa *chew* tobacco or cola nuts but, prior to the introduction of cigarettes, were not great smokers.

61   *k'atanyar. K'atuwa* is the normal Kano feminine.

71   *ka ji*, etc. See No. 10, note to line 38.

74   *ashe*: once again, "it chanced that there were." As so often in *Tats*, the amount of surprise involved in the meaning of this word is fairly small.

It is worth commenting here, apropos of the fact that every incident in this story is repeated twice, once as it happened and once when the story is told to the *alk'ali*, that repetition is characteristic of *Tats*. Perhaps to our more modern ears this is a fault, but it is certainly not so in folklore. Repetition gives a tale rhythm; allows the listeners to be able to anticipate what is coming and relish it the more when it does come; and enables the storyteller to show his virtuosity, perhaps in the way he rings the changes of voice to indicate variations of detail in each repeated incident. For example, when Spider is welcoming the animals to his home (he entraps them to their doom), each beast is welcomed separately and the same exchange occurs at the entrance each time, but presumably the voices and manners of the animals can differ if the teller wishes.

77   *in da = da*[dàa]: unfulfilled condition.

78   *to*: as often, a clause, and a very expressive one, in itself. Here it is "well and good."

82   *kashe* [kàshé]: "worsted."

      ku ba ni wuri: "get out of my sight!"

17

A Chief Duped

(III/171)

There are a number of tales in which the central figure is a *'barawo* (usually glossed "thief"). This is a profession like any other in Hausaland with its guilds and its titles—recognized, if not approved, by the traditional authorities. At least, if a society recognizes a *sarkin 'barayi*, there is an established point of contact with those who reject the norms of that society. There are also several tales in which a trickster or confidence man, though not expressly a *'barawo*, benefits from the gullibility of country people.

In this first of two *'barawo* tales, it is a petty chief who is tricke The theme is one used in B. Diop, *Les Nouveaux Contes d'Amadou Koumba*, p. 127. There is also an English version of this tale in Jtn, p. 204. Here the story is told in lively style, which, as often, would convert very readily into a small play in several scenes with plenty of burlesque. In fact, such plays are performed frequently in Hausa schools, figures of authority being, as here, the main subjects of caricature.

The essence of the tale, of course, lies in the intelligent *'barawo* grasp of the jealousies and fears that exist between holders and prospective holders of power in a Hausa society (as in most) and in his firmly linking the likelihood of the reappearance of the *sarki*'s father, the late chief, to the *sarki*'s prospect of again seeing his loved mother. The instant acceptance by the courtiers of their chief's *volte-face* is another nicely cynical comment on palace intrigue and human nature.

Barayi Guda Biyu da Sarki

Wani namiji da abokinsa, su biyu; abokin 'barawo ne. Kullum ya yi
sata, su ci tare; 'barawo ya k'oshi, ya bar shi yana ci ko nama ko
menene hakanan. 'Barawo ya yi masa gori "Ba ka iya sata, kana da
ci da yawa." Ya ce masa "Rad da na yi sata, ka huta, ba ka k'ara yin
sata a duniya." Ya ce masa "Yi mana." Ya ce "Ina ruwanka? Na yi."   5
    Suna yawonsu, suka shiga wani birni, suka iske birni dukansu
suna kuka, uwar sarki ta mutu. Ya ce da 'barawo "Ina tsammani yau
a garin nan za ka daina sata." 'Barawo ya ce "Sai na gani." Suka
tafi k'ofar fada, mutane duk na kuka. Abokan 'barawo ya shiga zauren
fada, ya yi salati, ya ce "Ku daina kuka; sarki kaman wannan, gari   10
kuwa kaman garinsa nan, uwassa ta mutu, a kasa mayar da ranta?
Babu malamai ne?" Suka ce "Babu malamai masu mai da rai." Ya ce
"Ni na mayar da ranta." Sarki ya ce masa "In ka mai da ran uwata,
abu duka 'dari 'dari shi ne lada tsakanimmu." Ya ce "An gama. A
kawo mani sark'a." Aka kawo. Ya ce "A 'debo ta." Ya tafi kusa da   15
kushewa, ya ce "A hak'a mani rami a nan." Aka hak'a rami mai zurfi.
Ya kawo sark'a, ya 'damre a gindinsa, ya ba su sauran, suka rik'e.
Ya shiga ramin, ya ce "In kun ji na ka'da sark'a, ku ja ni in fito."
Suka rik'e, ya 'bace cikin rami.
    Sai suna jin hayaniya, yana rawa a cikin rami, har ya yi gumi.   20
Mutane su gudu, su tafi wurin sarki, su ce "Muna jin hayaniya." Sa'an
nan ya ka'da sark'a, aka jawo shi waje, jikinsa dur ruwa. Yana cewa
"Tun da ina mai da rai, ban ta'ba yin fa'da kaman na yau ba." Suka
ce masa "Ka mayar?" Ya ce "Na mayar da ranta," ya koma ya shiga
rami. Mutanen sarki suka tafi, suka gaya ma sarki "Ya mai da rai,   25
amma bai fisshe ta ba, ya koma rami."
    Ya koma ya ka'da sark'a, aka jawo shi waje, jikinsa dur ruwa.
Ya ce wa masu rik'ewan sark'a, "Ku rik'e da kyau!" Suka rik'e da
kyau. Ya ce masu "Na fusata, amma ku zo, in gana da sarki tukun."
Suna biye da shi wurin sarki, suna rik'e da sark'a. Suka iso wurin   30
sarki. Ya ce "Mutane, ku watse. Ganawa ne." Suka watse, sai shi
sai sarki, su biyu. Ya ce "Sarki, mun 'damra alkawali da kai, komenene
dukiya 'dari 'dari za ka ba ni." Sarki ya ce "Hakanan ne." Ya ce
"To, na mai da ran uwakka. Hayaniyad da a ke gaya maka, da ubanka
ne mu ke yi; ya kama matassa, ya ce sai su fita tare. To, lada kuwa,   35
rai 'daya muka yi da kai; ga rai biyu." Sarki ya ce "Bari maganan nan.
Tsohuwa ta gana da tsoho, su zamna abinsu. Kada ka gaya ma kowa;
ladanka duk ina ba ka. Ka je gari a gaba, ka zamna, mutanena suna
zuwa." Ya ce "Cikin asiri bari ka gani idon ubanka mana. Uwakka,
ai yau ne ka rabu da idonta." Sarki ya ce "A'a! A'a! A'a!!! Ba ni   40
son ganin tsohon nan a duniya." Ya ce "Don haka na bar ta, in zo in
yi magana da kai." Sarki ya ce masa "Na gode." Aka kwance sark'a,
ya tafi abinsa.
    Fadawa suka zo suna murna wurin sarki, suna cewa "Mun ji

45 labari uwammu za ta tashi." Ya ce "Na aiki mutumen, ya tafi wani
wuri tukun." Magana ta lalace.
    Sai aka kai ma 'barawo biyan. 'Barawo ya ce da 'dan'uwansa
"Dukiyan nan ta ishe ni, da ni da kai, har mu mutu; kowanene 'barawc
ne wanda yana sata k'ank'ane, sunansa ya tabbata."
50   Shi ke nan, aka ce "Komenene dabarakka, dabarar wani ta fi taka

        Notes

        1   *wani*, etc. (with omission of *akwai* or *an yi*): not uncommo
at the start of a tale.
            Sc. *in* after *kullum*.
        4   *ya ce*: i.e., the one who wasn't a thief.
            rad. Western dialects for *ran* [= *ranar*] with the usual
gemination replacing the *-n* or *-r*.
            huta. Cf. No. 24, note to line 43. The main idea here is
the absence of trouble, i.e., he wouldn't need to do any more thieving
        5   *yi mana*: "then go ahead and do it!"
            ina ruwanka: i.e., have no fear, just leave it to me.
            na [naà] *yi.*
        6   *yawonsu.* For a comment on *yawo*, see No. 10, note to line
Here, *suna yawonsu* is almost synonymous with *suna tafiya.*
        7   *ya ce da 'barawo.* Again, at first sight it may be obscure
to whom the *ya* refers. It has been mentioned in the Introduction that
Hausa tends to use either the noun itself (in which case we should
here have *abokin 'barawo*) or *ya/ta* (in which case it is often hard to
tell who is referred to). The number of tales in which the characters
have names, so that there is no problem of identification, is few,
though they do exist, e.g., the tale of Andu Babba and Andi K'arami (II
        8   *daina*: as we might say, "retire from."
            sai, etc.: i.e., "[I'll not believe it] until...."
        9   *duk na.* Pronoun omitted, colloquially.
        10 *salati*: i.e., the Arabic for "there is no god but God and
Muhammad is the Messenger of God." He did this to draw attention
to himself, to create a solemn atmosphere, and to suggest that he was
a man of God.
            kaman. See No. 8, note to line 31.
        11 *a kasa.* Pronounced [aà káasà] with, of course, the questic
ing tone superimposed.
        14 *'dari 'dari.* This is multiplying by ten the usual reward of
fered in the tales and traditions. Usually it is ten of everything, and
the items are then catalogued; cf. the story about the Emir of Kano,
when he was offering to make restitution to the malam he had acci-
dentally wronged (Jtn, p. 138).
            an gama: a common hyperbolic reply to an order given by
someone important.

15   *a 'debo ta*: "bring it on out"—referring to the chain. The
-*o* tells us that he was already on his way and wished them to follow.

21   *mutane su gudu*: may be a slip for *sun gudu*; the following
two cases of *su* are also a little strange. In modern Hausa one would
expect *suka* for both in a narrative such as this.

22   *dur ruwa*: the usual gemination; but, in fact, even in Kano
Hausa, *duk* is very often heard as *du'* or, in the common phrase *duk
da haka*, as *dud*. For the general situation here, cf. the proverb *da
ruwan ciki a kan ja na rijiya*.

23   *ina*: here, as so often, "have been in the habit of." Through-
out *Tats*, the *kan* pronouns, which we are told in the grammars indicate
habitual action, are conspicuous by their absence.

27   *koma*: here used in its sense of "repeat, do again."

31   *sai shi, sai sarki,* or *daga shi sai sarki*.

32   *mun 'damra alkawali da kai*. See No. 21, note to line 44.
      komenene dukiya: would in modern Hausa be *kowace irin
dukiya*.

35   *lada*. Note *mun yi lada da kai*: "we agreed on a wage."

37   *tsohuwa* and *tsoho*: the polite ways of referring to parents,
especially one's own. The fact that the trickster constantly refers to
the chief's parents in a crude, vulgar way is part of the humor of the
tale.
      ta gana [tà gaanà].

39   *cikin asiri*. The trickster continues to tantalize the chief
with the possibility of his father's returning: "Quite privately do just
come and see your father's face [eye]; of course, it was only today
that you saw your mother's [so you won't be so keen to see her]."

40   *a'a!* etc. Elsewhere a number of the exclamation marks
that were in the original edition have been deleted, but these have
been left, as the chief obviously said this threefold No with consider-
able emotion.

41   *don haka*. The trickster now pretends that he foresaw what
the chief's fears would be and that that was why he came and warned
him.

45   *uwammu*. Paradoxically enough, in view of the vulgarity of
uwarka, the word *uwa* has a number of uses of great and respectful
significance for Hausa society, and is very often applicable to a man;
e.g., *uwar yak'i*: "commander-in-chief"; *uwar ku'di*: "capital."
Here, *uwammu* is certainly meant respectfully.

46   *lalace*: "died a natural death."

48   *kowanene*, etc. The idea here would seem to be "if you
steal in small amounts, you'll get known [and so caught]." Once again,
modern Hausa would prefer something like *duk 'barawon da yi yi
k'aramar sata*, etc.

18

A Mercenary Angel

(I/97)

This is the second of the two *barawo* tales (see No. 17). In any circumstances it would be alarming to be rudely wakened in the middle of the night by a naked, oiled man descending through the roof. If, in addition, you are a simple, rustic pair and he a very wide awake *'bar* caught in a difficult situation, it is likely that there will be some fas talking. Next morning, however, the neighbors are not so likely to be as gullible.

'Barawon da Ya Ce Shi Mala'ika ne

Wai da damana wani mutum ya tashi da tsakar dare, ya tafi wani gida Ya hau bisa wani 'daki zai yi satar kubewa. Ashe 'dakin ru'ba'b'be n Da ya taka tanka biyu, a ta ukku sai 'daki ya rusa da shi. Sai ya fa'da cikin 'daki.

5   Da fa'dawa tasa sai ya ce "Salamu alaikum!" Sai mace da miji suka tashi firgigi. Sai ya ce da su "Daga bisa aka aiko ni, in 'dauki ranku." Sai suka ce "Don Allah, don Annabi, ka bar muna rammu, mu ba ka zambar 'dari." Sai ya ce "To, ku kawo maza-maza." Sai suka 'debi haja ta zambar 'dari, suka 'darme masa a kyankyandi. Ya ce
10   "To, ku jefa waje, in fita in 'dauka. Kada ku gan ni! In kuka gan ni, ku mutu." Sai suka yi maza-maza, suka jefa haja a waje, jikinsu na rawa karkarkar. Sai ya fita, ya 'dauki kayan haja, ya tafi.

Da gari ya waye, suka duba, sai suka ga ta inda ya hau. Sai suk ce "Af! Wannan mutum ya cuce mu jiya." Sai mak'wabtansu suka ce
15   "Wane irin mutum?" Sai suka ce "Wani mutum jiya da tsakar dare ya fa'do muna a 'daki daga bisa. Ya ce ya zo ne ya 'dauki rammu. Muna

cewa mala'ika ne, sai muka ce mu ba shi haja ta zambar 'dari. Sai
da muka ba shi, kana ya tafi. Ashe mutum ne, ya zo satar kubewa, sai
ya yi borin kumya, ya yi muna wayo." Sai mak'wabtan suka ce "Im ba
zancen wofi ba, ina kuka ga mala'ika ya kar'bi haja? Ku ma, da kuka   *20*
ba shi, kun fi shi hauka."

Notes

1   *damana*. Modern orthography prefers *damuna*.

2   *kubewa*: which, at that season, would be growing as a
creeper over the thatch.

3   *tanka*. Abr limits the meaning of this too much. It covers
all the rings of cornstalks that run upwards, fixed horizontally under
the thatching grass to support it. The *'barawo* ascended the first two
above the mud wall, but at the third one, the roof collapsed.
    rusa = *rushe*.

7   *muna*. Western dialects for *mana*.

8   *zambar 'dari*: i.e., cowries (*ku'di*).

9   *'darme* = *'damre*. Western dialects for *'daure*.

11   *ku mutu*. It would be better to have *kwa mutu*: "you'll
certainly die" or *kun mutu*: "you're dead."

12   *karkarkar*. The use of two ideophones in this story—
firgigi(t) is the other—is a little unusual for *Tats*, which, as has been
said, tends to put down the bare bones of the tale without embroidery,
but it is characteristic of good Hausa style.

17   *muka ce mu ba shi*: "we thought we'd better."

19   *borin kumya* [= *kunya*]: lit., "wild state [occasioned by]
shame." One who is caught doing something wrong will say anything
to talk himself out of it. *Hauka* is substituted for *bori* in the proverb
abarmar kunya, da hauka a kan na'de ta: "the mat of shame gets
rolled up with madness." There is a tale in *Tats* (I/112) to illustrate
this proverb.
    im ba zancen, etc.: "other than [in] idle talk, where did
one ever see...?"

21   *hauka*. See note to line 19.

19

Riddles

Here is a selection of riddles, or guessing games. These are called either *tatsuniya*, indistinguishably from the tales, or sometimes *ka-cinci-ka-cinci*. The one posing the riddle begins, as for the tales, "*Ga ta ga ta nan*" (or some variant); the guesser accepts the challenge with "*Ta je ta dawo*"; whereupon the first states the conundrum. The riddle usually describes some commonly seen object in either highly general or metaphorical terms. Mostly, the point of the answers can be deduced by having a good knowledge of Hausa culture, but sometimes they are stock answers whose origins are lost in antiquity, often referring to some ancient tale or name now lost. After a while, poser and questioner change places, continuing until they have exhausted their supply. The frequent references to *baba*: "dad" and *inna*: "mother" as well as to all the common things in a compound, show that these are mainly for children.

This pattern of riddle is widespread in tropical Africa, with the metaphors and allusions from natural objects and domestic scenes common to the region. Like the proverb, the riddle is the way in which generalizations about experience are made and handed down to the children in the form of an enjoyable game, a contest of wits. For example, in (10), where we might tend to a somewhat tedious generalization about commodities of inelastic demand, the Hausa riddle makes the child think out one such commodity, peppers. The implied warning in (24) of the danger of wells—so common an element in the longer texts—is perhaps an example of the way an injunction, to take care when about their daily chore of drawing water, is kept in the children' minds.

74

Perhaps the main division between the riddles is between those that state the macrocosm and ask for the comparable microcosm and those that do the opposite. Examples of the former category are (6) farm:man's head, and (14) ant-hill:finger; of the latter, (7)turban:road, (17) food:stars, and (26) a stick:hunger. In the last example we have, in addition, comparison of a concrete with an abstract, albeit an abstract with painfully concrete repercussions!

In this small selection, the number of animals cited (all in the question part of the riddle) is noteworthy: (18), (19), (20), (21), and (28). These animals tend to be the domestic animals rather than the wild ones of the tales, as they have to be something that is commonly seen. The frequent mention of cattle, so much a part of the Hausa world though not now kept by the average Hausa, is also noteworthy.

Tatsuniya

1) Q. Uku uku ta gama gari.
    A. Murfu ke nan.

    gama gari: that which "unites the town" is that which is seen by everyone, commonplace. *murfu = murhu*.

2) Q. 'Dakin samari babu k'ofa.
    A. K'wai ke nan.

3) Q. Ja ya fa'do, ja ya 'dauka.
    A. Giginya da Bafillace ke nan.

    A reference to the fruit of the tree.

4) Q. Daga nesa na ji muriyar k'awata.
    A. Dundufa ke nan.

5) Q. A ra'be a ra'be, ba kya shigo ba.
    A. Tufaniya ke nan.

    a ra'be a ra'be = ra'be-ra'be: "dangling." As we might say, "What hangs by the door but doesn't come in?"

6) Q. Gonata ta kai ta kawo, da na girbe sai na runtse a tafin hannu.
    A. Suma ke nan.

    ta kai ta kawo: may mean simply "has completed its cycle," but there may be a reference to a woman's headcloth (*fatala*), for which Abr gives this phrase as a synonym.

7)   Q. Rawanin baba faskara na'di.
      A. Hanya ke nan.

      baba [bàabá]: "dad." *faskara*: "that defies."

8)   Q. Akushin baba faskara su'di.
      A. Kududdufi ke nan.

      su'di: "having the bits scraped out of the bottom."

9)   Q. Tsofuwar gidammu ta tak'wark'washe, tana rok'on Allah.
      A. Rumfa ke nan.

      tak'wark'ashe. Barg and Abr both prefer *k* to *k'* here, and
      the former gives this as a verb commonly applied to an old
      building. A *rumfa* is a temporary structure, in any case,
      and will barely survive a heavy rainy season.

10)   Q. Duka yawan gidammu mun sayi abincin biyar mun ci mur
         k'oshi.
      A. Barkono ke nan.

      sc. *ku'di* ("cowries") after *abincin*—i.e., a very small quan
      tity. A little pepper goes a very long way, even in an Africa
      household.

11)   Q. In ka je kasuwa, ka sayo mani abin da k'uda bai ta'ba b
      A. Wuta ke nan.

12)   Q. In ka je kasuwa, ka sayo mani na yamma da kasuwa.
      A. Nama ke nan.

      The slaughter place is always on the west of the market,
      perhaps so as to be away from the *qibla* (direction of Mecca
      and not get in the way of those saying their prayers.

13)   Q. Tank'wara bakan dubau.
      A. Gero ke nan.

      "Bending the bow for inspection." The picture is of the farn
      bending down the stalk of millet to see whether the grains
      are formed yet. The first crop to ripen, the millet is eagerly
      awaited at what is a time of annual scarcity. *dubau*: from
      duba, the *-au* suffix having the meaning of "characterized
      by"; cf. *mantau*: "forgetful."

14)   Q. 'Dan baka bayan shuri.
      A. Farci bisa yatsa ke nan.

      shuri = *suri*.

15) Q. Hanyata guda biyu, na bi ta 'daya na fita, na bi ta
'daya na fita, ban 'bace ba.
A. Wando ke nan.

ban 'bace ba: "and I didn't get lost."

16) Q. Inna ta kewaya, baba ya kewaya, ba su gamu ba.
A. Kunnuwa ke nan.

inna: "mother." *kewaya*: "made a circuit"—perhaps a
reference to the shape.

17) Q. Farifat tuwon faifai.
A. Tamrari ke nan.

"Snow white *tuwo* exposed on a *faifai*." The slight curve
of a *faifai* is reminiscent of the curve of the heavens.

18) Q. Shanuna dubu dubu, ma'damrinsu 'daya.
A. Tsintsiya ke nan.

ma'damrinsu = *ma'daurinsu* [mád'áurínsù].

19) Q. Shanuna dubu dubu, in sun tafo, ba a ganin k'uransu.
A. Tururuwa ke nan.

k'ura: usually feminine.

20) Q. Shanu a kwance, bajimi a tsaye.
A. Tamrari da farin wata ke nan.

bajimi = *bijimi*.

21) Q. Jakan baba masu farfarun bakuna.
A. Ta'bare ke nan.

farfaru, plural of *fari*. *bakuna*, plural of *baki*.

22) Q. Liblib ba ci ba.
A. Baba ke nan.

liblib = *lublub*: an ideophone emphasizing luxuriant growth.
"but not for eating." *baba* [báabáa].

23) Q. Daga nesa na ga gemen baba.
A. Hayak'i ke nan.

geme. Western dialects for *gemu*.

24) Q. 'Dan k'aramin falke maci kasuwal lahira.

A. Guga ke nan.

maci: would be *mai cin* or *maciyin* in modern speech.
kasuwal: yet another example of the Sokoto fondness for
gemination. Wells, in addition to being of great importance
(see No. 5, beginning note), are also, even today, very often
the scenes of fatalities, particularly among children.

25)   Q. Karuwa ta ci ado, maza suna gudu.
        A. Kibiya ke nan.

        ci ado: one of the very many idiomatic uses of *ci*. What
        you *ci*, generally speaking, is to your advantage; what you
        sha, to your disadvantage.

26)   Q. Tsumajiyar kan hanya, fya'di babba, fya'di yaro.
        A. Yunwa ke nan.

27)   Q. 'Yar budurwa mai kyaun gashi.
        A. Takan'da ke nan.

28)   Q. Babban bajimi, ruri tsakar gida.
        A. Dutsin nik'a ke nan.

29)   Q. 'Yammatan gidanka ba su zuwa daji sai suna ta'bi.
        A. Kurciya ke nan.

        ta'bi = *tafi* [tàaffi]: "clapping"—a reference probably to
        the flapping flight of this bird.

30)   Q. Allah ya yi sirdi, ba na hawa ba.
        A. Kunama da k'arinta ke nan.

20

Proverbs

(I/lxxxv)

It is no longer true to say of the Hausa, as of the Chaga, that proverbs are one of their four main types of wealth (i.e., land, cattle, water, and proverbs). With the coming of Islam, precepts for the guidance of the young tend to be Koranic in origin, or at least taken from the Traditions of the Prophet. Nevertheless, proverbs (*karin magana*) are still extremely popular and are a part of the equipment of any Hausa who prides himself on his knowledge of his language. There is by now, too, of course, a strongly Islamic vein running through many of them, just as many biblical quotations have become proverbs with us.

Being essentially pithy examples of a people's speech, proverbs vary enormously from straightforward aphorisms such as *kyaun alwashi cikawa*: "the virtue of a promise is fulfilling it" (originally a Tradition of the Prophet) to obscure parables, understanding of which depends on knowledge of a particular situation or tale. Most commonly, metaphor is involved, such as in *hali zanen dutse*: "character is a graving on stone." As in other languages too, Hausa proverbs tend to be elliptical, short words like *ne* and the pronouns often being omitted. Most are complex both in the thoughts expressed and in the language used to express them.

For other collections of proverbs, the student may refer to A. H. M. Kirk-Greene, *Hausa Ba Kabo Ba Ne* (Ibadan, Oxford University Press, 1966) and to C. E. J. Whitting, *Hausa and Fulani Proverbs* (Lagos, Government Printer, 1940; Reprinted, Gregg, 1967). Whitting's book is classified according to cultural context, and proverbs are, of course, a rich field for those interested in studying the society that uses them.

The selection here, some taken from the 289 proverbs in *Tats*, has been arranged under a number of headings designed to indicate some

of the ways in which proverbs differ from straightforward, factual speec
Sometimes this is in the formal expression, sometimes in the deeper
realm of the thought behind the proverb. Examples have already been
given of proverbs which arise out of or are explained by particular
tales (as in No. 2 and No. 9), and no more of these are included. Prov-
erbs whose sole claim to distinctiveness is metaphor have also been
omitted, as metaphor is such a common feature of normal speech, and
many of these proverbs have themselves become common idiom.

Karin Magana

Absurdity. To state an absurd proposition, even while stressing its im-
possibility, is to say something likely to be remembered.

1)   Wanka da gari ba ya maganin yunwa—sai an sha shi a ciki.

gari [gàaríi]. The word *magani* is a favorite for proverbs.
The subject matter is usually some human problem and
magani is the word for the "answer" to a problem: the
specific. Cf. *hak'uri maganin duniya*.

2)   Gobara daga kogi, magani nata Allah.

The first three words constitute an oxymoron, a phrase com-
bining semantic opposites; cf. Shelley's "and faith unfaithfu
kept him falsely true." It is meant to stand for something
so completely unexpected that even the most provident morta
could not anticipate it.

3)   A shekara saran ruwa, sai tambatse.

tambatse: "spray." *shekara*: is here a verb. The whole
epitomizes wasted effort.

4)   Fura ta yi wanka, koma jikka.

jikka = *jaka*. As we might say, "The porridge oatmeal washe
off the milk and went back into the sack."

5)   Kowa ya ce zai ha'diye gatari, sakam masa 'bota.

'bota = *k'ota*. This form of universal statement beginning
with *kowa* (or sometimes *kome*), is also very common; cf.
kowa ya ha'diyi tabarya ya kwana tsaye. Swallowing axe
or pestle symbolizes willful stupidity.

Alliteration and Assonance. Punning is considerably more difficult in
Hausa, which has very few true homophones, than in English, but use

can be made either of words with the same initial letter or other resemblances, or of repetition of the same word with different connotations.

6) Mahimmanci masamanci.

    masamanci: "one who obtains."

7) Ba a mutu a Makka ba, an mutu a makani.

    i.e., "this was a very ordinary event, not something special or praiseworthy."

8) Dakan 'daka, shik'an 'daka.

    i.e., where you do the one, you will do the other. Simple repetition, usually of one word in a balanced antithetical second half, is also a very common device; cf. the English "Easy come, easy go," and *in ki'da ya sake, rawa sai ta sake.*

9) Zuwa kasuwa da wuri ya fi zuwa da wuri.

    wuri [wúrì], the first time; *wuri* [wúríi], the second. This is another common sentence pattern for proverbs, "X exceeds Y," using the normal construction for making a comparison between two things. Sometimes *gwamma* or *gara* is used initially to replace *fi*. Thus, *da babu wawa, gwamma da wawa*: "a fool is better than no one at all," the equivalent of "half a loaf is better than no bread."

10) Da biyayya a kan yi fiyayya.

    Obedience—the constant theme of proverbs delivered by elders!

11) Dutsi cikin ruwa ba ruwansa da rana.

    To understand this proverb, one must appreciate that the sun is something to be avoided in the tropics and cool water something to be sought eagerly. The Muslim paradise is a cool, shady place. So this proverb might be said of someone whose position enables him to scorn the heat of the sun.

Antithesis. In this category is the English "More haste, less speed," "Marry in haste, repent at leisure," and so forth.

12) Kadan kunne ya ji magana, wuya ya tsere yanka.

    There are a number of proverbs that are similar in having

two parts of the body thus juxtaposed, the fate of one de-
pending on the action of the other, e.g., *annurin fuska,
kaurin hanji*. Compare with this the motif that occurs in
folktales in some parts of the world, in which the parts of
the body disagree with each other as to which has the easie:
time of it. The outcome usually shows that they are inter-
dependent.

13)   Tsoro na daji, kunya na gida.

       To describe the shame of the hunter who has shown fear.
       In standard speech the personal pronouns would be inserted
       before each *na*.

14)   Gaba kura, baya siyaki [*or* damisa].

       This sums up a difficult situation, as the Greeks spoke of
       being between Scylla and Charybdis.

But more often some repetition is involved, as in (8).

15)   In ba a rage a tudu ba, a rage a ruwa.

       a [aà] *rage a ruwa*. The whole refers probably to a load
       being carried on the head, or perhaps to clothing.

Chiasmus. Considered elegant by the Greeks, chiasmus is the arrangii
of a sentence so that the terms in the second of two parallel phrases
reverse the order of those in the first to which they correspond.

16)   Kai ba ya wuce wuya, wuya ba ya wuce kai.

       i.e., each to its proper place.

17)   In nono yana da da'di a gumba, gumba ma tana da da'di a
       nono.

       A mutually advantageous situation.

18)   So kanka wani ya k'i ka, k'i kanka wani ya so ka.

       ya [yaà], both times. For the opposite sentiment, extolling
       the virtues of self-interest, cf. *so duka so ne, amma fa
       son kai ya fi*.

Hyperbole. This comes near Absurdity at times, but the event suggeste
is usually not completely impossible. The hyperbole consists in posit-
ing the condition that makes it occur.

19)   Da'din baki shi ya kawo 'barawo dariya cikin rumbu.

For *rumbu* as a stock hiding place, see No. 7. A thief hiding in someone's compound is most unlikely to laugh unless the story being told is a very funny one indeed.

20) Mai arziki ko a Kwara ya saida ruwa.

mai: "owner of, one characterized by"—another common beginning for proverbs, somewhat akin in style to the *kowa* proverbs. *Arziki* has, to us, the perhaps unusual combination of connotations of "luck," "prosperity," "wealth"; all are present potentially in the Arabic *rizq*: "gift of God," of which the Hausa is a reflex. So here, *mai arziki*: "one destined by God to good fortune." *ya* [yaà]. *saida* = *sayar da*.

21) Yau da gobe, shi ya sa allura gina rijiya.

The *sa* almost takes this statement out of the realm of hyperbole into that of impossibility. There are a number of other proverbs on *yau da gobe*: "sooner or later"; see Kirk-Greene's collection. *Allura* epitomizes that which is small and weak. *Gina* is to do any working with earth, e.g., digging, building, pot-making.

Irony.

22) Tubar muzuru da kaza a baka.

baka: the "locative" of *baki*.

23) Doki 'daya a fage ya fi gudu.

There being no competitors!

24) Rumfa ta yi rak'umi 'daukan kaya, sai dai ba k'afafun tafiya.

This somewhat resembles "It is only the hairs on a gooseberry that prevent it being a grape." *yi*: may perhaps be translated "is the equal of."

Litotes. Hausas tend to leave things unsaid, and understatement is a halfway house to this.

25) Banza ba ta kai zomo kasuwa.

sc. "but something very unusual indeed." Whitting is wrong in his interpretation of this one. *banza*: "uselessness"—another common word in proverbs.

26)   Magana ba ta kai rak'umi Azbin.

       sc. but only hard weeks of travel.

27)   Hannu 'daya ba shi 'daukar 'daki.

28)   Gudu da mai ruwa ba shi maganin dau'da.

       gudu da: "running in the company of." For *magani*, see (1).

Substitution. A short quotation illustrative of an act or quality is sub-
stituted for the act or quality itself. This has something in common
with Wellerisms (see below). Other forms of substitution such as
metonymy and personification also occur.

29)   "Sannu" ba ta warkad da ciwo, sai dai ka ji da'di a zuci.

       i.e., sympathy contributes to recovery of the patient.

30)   "Ba da'di" tana gidan "Na k'oshi."

       or, surfeit makes fussy eaters. *gida*: here, as often, "the
       place where you expect to find someone."

31)   Matar "Na tuba" ba ta rasa miji.

32)   Da "Gobe" a ke 'daukar bashi.

33)   Mugun gatarinka ya fi "Sari ka ba ni."

       The *mugun* contrasts with the *-ka*: it may be a bad one,
       but it is at least your own. The quotation is the equivalent
       of "after you with that axe!"

Paradox.

34)   Kwanta ka mutu, ka ga mai k'amnarka.

       Because *de mortuis nil nisi bonum*. *k'amnarka = k'aunark*

35)   Bawan damuna baturen [*or* tajirin] rani.

       Since hard work in the former yields wealth during the
       latter. This is another of the balanced, antithetical pairs
       referred to above.

36)   Dare ga mai rabo hantsi ne.

       As might be expected, a theme running consistently through
       proverbs as well as through the tales is that if you are fate

to do or get something, you will; cf. *zakaran da Allah ya
nufe shi da cara, ana muzuru, ana shaho, sai ya yi* (which,
incidentally, substitutes the names of two animals where
verbal nouns would normally be expected). *rabo*: one's
portion in this world, one's fate (Arabic, *qadr*). Cf. also (20).

37) Hankali ke gani, ido gululai ne.

gululai = *gululu*: the mud ball at the top of a spindle. Cf.
"the mind through all her powers / Irradiate, there plant
eyes . . ./ . . . that I may see and tell / Of things invisible
to mortal sight," Paradise Lost, III, 51—55; or as the blind
Hausa poet Aliyu Na Mangi says in his *Wak'ar Imfiraji*:
"*Ita zuciya in ta makanci, / To, ganin ido bai yi fa'ida ba.*"

Rhetorical Question. The answer is so obvious that it needn't be given.

38) Ina ruwan maza da wankan bik'i?

wankan bik'i: the period of daily bathing in hot water for a
woman who has given birth.

39) A girma, a ci k'asa?

"Become adult and [still] eat earth?" i.e., put away child-
ish things.

40) K'asa ta gudu ta je ina?

The earth as the symbol of permanence and immoveability
occurs in a number of proverbs; cf. from the poet Sa'adu
Zungur's poem about the Nigerian soldiers in 1945, *har
k'asa ta na'da suna tunawa*: "till the earth is folded away
they will be remembered."

41) Daga "Maraba, sarkin fawa" sai zak'in miya?

The quotation is another example of Substitution, standing
for the first arrival of the head butcher. *Daga . . . sai* ex-
cludes everything except the two phrases following; cf.
daga shi sai bante: "he was wearing only a loin cloth."
zak'i: usually rendered "sweetness," in fact, covers any
sharp, pleasant flavor.

Wellerisms. This title summarizes the habit of Sam Weller (in Dickens'
Pickwick Papers) of making some commonplace comment or cliche,
and then brightening it up by turning it into a quotation made in some
very untoward circumstances, e.g., "'Life has its ups and its downs'
as the condemned man said, stepping up to the scaffold." Such too

were the "Famous Last Words" of Fougasse's *You Have Been Warned*,
e.g., "Look! This car drives itself." This style of humor seems to
indicate a culture that is highly conscious of itself and self-critical.

42)   "Ban da tuna baya," gyartai ya ci sarauta.

The *gyartai* pursues what is traditionally the humblest trade
In the circumstances, he would not want to be reminded of
his origins, and might well say "Let bygones be bygones."

43)   "Can ga su gada," zomo ya ji ki'din farauta.

Wanting to run with the hounds!

44)   "Saboda me?" wai an ce kare shi 'dauki dami.

Something in which he has little interest.

45)   "Mun wuce hakanan," 'dan sarki a kan jaki.

Perhaps "we can do better than this" will translate the
quotation here.

46)   "Da haka muka fara," kuturu ya ga mai kyasfi.

An early warning from one who should know.

47)   "Ban sa a ka ba" in ji 'barawon hula.

Hardly a valid excuse for the offense!

48)   "Nan ke ci, nan ke sha," mata sun ga rufogon gwabro.

rufogon gwabro = rufewar gwauro. i.e., "look at it all,
just waiting to be won!"

49)   "Ba na fâye k'i ba," an ce da bazawara ta hau gado.

The quotation is another example of a Litotes. *Bazawara* is
a woman who has been married before and is either divorced
or widowed, in contrast with *budurwa*, a girl who has never
been married.

Lastly, though hardly to be made into a separate category, it is worth
drawing attention to the recurrence of one other word in several prov-
erbs, *karambani*: "failure to mind one's own, proper business" —
deviant activity indeed for a Hausa.

50)   Karambanin falke da cin nakiya.

Luxurious tastes are not for a poor man.

51) Karambanin bak'o, a kawo abincin mutanen gida ya fara sa hannu.

52) Karambanin bak'o shi cu'da matar mai gida in tana wanka.

53) Karambanin akwiya, gai da kura.

Again perhaps an example of a Litotes, for the goat is traditionally the hyena's favorite meal, though in the tales usually clever enough to outwit the greedy, stupid predator.

21

The Daura Legend

This is the first example that we have had of a tradition (*labari*), as opposed to a tale (*tatsuniya*). It is one of several versions in *Tats* of the famous Daura story, and this one has been selected not because it is necessarily any truer than the others but because it has more artistic unity.

Unlike the tales, the traditions were remembered and told by the men rather than by the women and, in recent years, have been written down by several leading officials in the Hausa states—for example, the viziers (*wazirai*) of both Sokoto and Kano (Wazirin Sakkwato, *Tarihin Fulani*, and Wazirin Kano, *Kano Ta Dabo Cigari*; Gaskiya Corporation, Zaria). For a modern account of Bayajibda, see W. K. R. Hallam, *Journal of African History*, Vol. VII, No. 1 (1966), pp. 47–60.

It is worth once again drawing attention to the fact that a well and what happens there make a point of climax in the narration. Wells mean life or death and occur at the border of the familiar known and the feared but fascinating unknown.

Asalin Sarakuna Duka

Wannan labari ne na farkon sarakunan Daura da Kano da Katsina da Gobir da Zazzau da Nuru. Dalilinsu wani mutum sunansa Bayijibda 'dan Abdullahi, Sarkin Bagadaza. Abin da ya sa ya rabu da Bagadaza, dalilin, wani kafiri sunansa Zi'dawa ya yak'e su, yak'i mai tsanani,
5 har suka rabu rabo arba'in.

Bayijibda ya tafi da rabo ishirin zuwa Barno, tare da mutanensa na yak'i, har sun fi mutanen Sarkin Barno. Shi ko, Sarkin Barno,

88

asalinsa Sham. Bayijibda da ya san mutanensa sun fi na Sarkin Barno,
sai 'yan'uwan Bayijibda suka ce "Mu kashe Sarkin Barno, kai ko ka
maye sarauta." 10
Da Sarkin Barno ya ji hakanan, bai saki jikinsa ba, balle a kashe
shi. Sarkin Barno ya ce "Ina dabarammu da wa'dannan mutane? Ku
'yan'uwana, ban ga wata dabara ba, sai mu ba shi mace ya amra."
Sai aka ba shi 'diyar Sarkin Barno, sunanta Magira.
Sai amana ta shiga tsakaninsu. In ya tashi, za shi yak'i, Bayijibda 15
ya kan ce da Sarkin Barno "Ina so ka ba ni mutanenka. Zan tafi wata
alkariya da su, domin su taimake ni yak'i." A kan ba shi mutum alfin,
wata rana a ba shi mutum talata. In zai komo daga yak'i, ba shi
komowa tare da su, sai ya ba su garuruwa a cikin k'asar Sarkin Barno.
Sai mutum biyu suka ragu daga cikin 'yan'uwansa. Sai ya ce da 20
su "Ku 'yan'uwana, ni dai ina so in nemam ma kowane 'dayanku wurin
zama." Sai ya fitar da 'daya, ya tafi da shi Kanum. Shi ne Sarkin
Kanum. Ya fitar da 'daya 'din, ya tafi da shi Bagarmi. Shi ne Sarkin
Bagarmi. Shi Bayijibda ya ragu shi ka'dai, da shi da mata tasa, 'yar
Sarkin Barno, da dokinsa. 25
Da mutanen Barno suka ga Bayijibda shi ka'dai ne, suka rik'a
nema su kashe shi. Sabadda hakanan ya gudu, gudu mai tsanani, da
shi da mata tasa, Magira. Tana da juna biyu. Yayin da suka iso wani
gari, wai shi Gabas, sai matar ta kasa a nan garin. Sai ya bar ta a
nan, ya wuce. Sai ta haifu 'da namiji bayansa. Aka sa masa suna 30
Birram. Shi ne ya zama Sarkin Gabas, a kan ce "Gabas-ta-Birram."
Yayin da Bayijibda ya isa Daura, sa'an nan wata mace ke sarauta.
Amma wa'danda suka shu'de daga sarakunan Daura, mata, ta farinsu
sunanta Kufunu. Bayanta sai wata kuma sunanta Gufunu, bayanta kuma
sai wata sunanta Yukunu, bayanta kuma sai wata sunanta Yakunya, 35
bayanta kuma sai wata sunanta Waizam, bayanta kuma sai wata sunanta
Waiwaina, bayanta kuma sai wata sunanta Gidirgidir, bayanta kuma
sai wata sunanta Anagari, bayanta kuma sai wata sunanta Daura. Ita
ce Bayijibda 'dan Abdullahi ya iske ta a cikin zamaninta.
Ya zo, ya sauka gidan wata tsohuwa sunanta Awaina. Sai ya ce 40
da tsohuwa "Ina so ki ba ni ruwa." Tsohuwa ta ce da shi "Kai 'dana,
ba a samun ruwa a garin nan, sai ran Jummu'a idan mutane sun taru,
kana a kan sha ruwa." Sai ya ce da tsohuwa "Ni na 'debo ruwan. Ba
ni guga!" Ta 'dauko guga, ta ba shi. Maganan nan da dare suka yi
da tsohuwa. 45
Da ya 'dauki guga, ya tafi rijiya, ya saka guga a rijiya. Rijiyar
ko, da macijiya ciki. Da macijiya ta ji an saka guga a rijiya, sai ta
fitar da kanta daga cikin rijiya, tana nema ta kashe Bayijibda; sunan
macijiyar Sarki. Sai ya zare takobi, ya sare kanta, ya 'dauki kan,
ya 'boye. Ya 'debi ruwa, ya sha, ya ba dokinsa. Ya kawo ma tsohuwa, 50
Awaina, sauran ruwa. Ya shiga 'daka, ya kwanta.
Da gari ya waye, mutane suka ga abin da mutumen nan ya yi da
macijiya. Shi ko Balarabe ne na Sham. Sa'an nan mutane suka rik'a

55 al'ajibi da yawan abin da ya rabu a cikin rijiya, har labari ya kai ga
Daura. Sabadda labarin nan ta hau da yak'inta, ta zo bakin rijiya.
    Yayin da ta ga an yanke kan macijiyan nan, da abin da ya saura
a cikin rijiya, sai Daura ta yi al'ajibi, domin abin da ta ga ya fita
daga cikin rijiya da sauran da ke cikin rijiya, domin abin nan ya
tsananci mutane. Ta ce "Idan dai na ga wanda ya kashe macijiyan
60 nan, wallahi na raba garin nan biyu, na ba shi rabi." Sai wannan
mutum ya ce "Ni na kashe ta." Sai ta ce "Ina kanta? Im bai nuna
kan ba, ya yi k'ariya." Sai ya tashi. Wani mutum kuma ya fito, ya
ce "Ni na kashe ta." Sai ta ce "Ina kanta?" Wannan, sai ya yi
k'ariya. Mutane suka yi yawa. Kowa ya fa'di zancensa, sai ya zama
65 k'ariya.
    Sai tsohuwa ta fito, ta ce "Jiya da dare wani bak'o ya sauka
gidana, da dabba tasa, ko sa ne ko doki ne ban sani ba. Ya 'dauki
guga, ya zo rijiya, ya 'debi ruwa, ya sha, ya ba dabba tasa, har ya
kawo mani ragowar ruwan. Watakila, ko shi ya kashe macijiyan nan.
70 A nemo shi, a tambaye shi." Aka kirawo shi. Daura ta tambaye shi,
ta ce da shi "Kai ka kashe macijiyan nan?" Ya ce "Ni ne." Ta ce
"Ina kanta?" Ya ce "Ga shi." Ta ce "Ni na yi alkawali da wanda ya
yi aikin nan, na raba garina biyu, na ba shi rabi." Ya ce "Kada ki
raba garinki biyu. Ni dai ina sonki da amre." Sai ta amre shi. Ya
75 zamna 'dakinta. Ta ba shi kuyanga, ya sa a 'daka. Idan mutane za
su zo gidan Daura, ba su fa'din sunanta, sai su ce "Za mu gidan
'Makas-Sarki.'" Sabadda hakanan ta ce "Sarki."
    Ana nan, sa'dakar ta yi ciki. Ita ko Daura ba ta yi ciki ba. Da
sa'dakar ta haifu, sai ya nemi yarda gare ta ya yi masa suna. Ta ba
80 shi yardi, sai ya sa ma 'dan suna "Makarabgari."
    Bayan wannan, sai Daura ta yi ciki. Ita kuma ta haifu. Ta nemi
yarda gare shi ta yi masa suna. Ya yardam mata, sai ta sa masa suna
"Bawugari." Shi ne farkonsu.
    Sai ubansa ya mutu, Makas-Sarki. Sai ya gaji mazamnin ubansa,
85 har ya haifi 'ya'ya shidda. Na farinsu sunansa Gazaura, shi ne
Sarkin Daura. 'Daya kuma sunansa Bagauda, shi ne Sarkin Kano,
uwassu 'daya. 'Daya 'dan kuma sunansa Gunguma, shi ne Sarkin
Zazzau. Da 'daya 'dan kuma sunansa Dami, shi ne Sarkin Gobir.
Su kuma, uwassu 'daya. Kana 'daya 'dan sunansa Kumayau, shi ne
90 Sarkin Katsina. 'Daya 'dan kuma sunansa Zamgugu, shi ne Sarkin
Rano. Su kuma uwassu 'daya. Labarin sarakuna ya k'are.

Notes

2   *Nuru.* Edgar notes "unknown, probably *Rano*"; presumably
an error by the scribe. See note to line 91.
        dalilinsu. Dalili meaning, as here, "origin" is not very usua
4   *dalilin*: redundant after *abin da ya sa.*

8   *Bayajibda da ya san*, etc. *Bayajibda* is left hanging, a subject without a verb, and *'yan'uwan* is substituted. This somewhat loose style is common in speech, but unusual for written Hausa.

10   *maye*: "succeeded to."

11   *saki jiki*: "relax, be off one's guard."

14   *'diyar*. Western dialects for *'yar*.

17   *alkariya = alkarya*: Barg is more accurate than Abr here, "the principal town of a district."

22   *Kanum*. Presumably, *Kanem*.

27   *mai tsanani*: probably indicates that it was both hurried and fraught with hardship.

30   *bayansa*: "after his departure."

32   Sc. *yin* after *ke* in *ke sarauta*.

33   *amma*: here, the same usage as noted in No. 15, note to line 11; i.e., "as for those rulers of Daura who had gone before."

39   *a cikin zamaninta*: redundant if it means, as it usually does, "during her time." But if it is "when she held the office," it adds meaning to the sentence.

42   *Jummu'a*: more usually, *Jumma'a*. This, as the other days of the week, is from the Arabic, but whereas the others are "first," "second," "third," and so forth, this means "the congregation," Friday being the day when all the men gather in the mosque. It is presumably anachronistic in this tradition, which long precedes the introduction of Islam. One of the variants of this tale in *Tats*, incidentally, makes Friday the day on which one might *not* draw water.

43   *kana*. See beginning note to No. 4.

       na [naà] *de'bo*.

44   *suka yi da tsohuwa*. There were of course only two taking part in the conversation, but it is common in Hausa in a construction of this sort—where the second party is expressed, preceded by *da*— for the verb to be in the plural, not in the singular, which might seem more logical. Cf. *mun gama gida da shi*: "I share ..."; *sun kama hannu da sarki*: "he shook...."

47   *macijiya*: note, expressly a female snake.

49   *Sarki*. This looks like an attempt at folk etymology for the word, one of very great importance for Hausa. In some accounts the snake is called *Ki*, and so *sare-ki*: "cutter-down of Ki" could explain *sarki*. But then, why introduce *Makas-Sarki* in line 77? Again, why introduce *Ki*, when *sare kai* would give a basis for folk etymology at any rate?

52   *mutumen = mutumin*.

53   *Sham*. We were told *Bagadaza* at the start, but the two are near enough, when seen from the distance of Daura.

54   *yawan abin da ya rabu*: presumably, "the size of what had been divided [of the snake]," but in view of *saura* in line 56, the *rabu* could be a mistake for *ragu*.

55   *yak'inta.* In *Tats,yak'i* is more commonly the force that wages war than the war itself.

58   *domin abin nan.* This second *domin* is not perhaps a very logical connective; she would not feel wonder *because* the snake had terrorized her people. A relative "which" would have been better here.

60   *na* [naà] *raba*: the traditional reward for the hero in several of the tales.

 wannan mutum: simply, "a man," one of those there.

62   *ya tashi*: "he departed"—having failed to prove his claim.

67   *dabba tasa.* Bayajibda is supposed to have introduced horses into Hausaland; the old woman had presumably heard of them but had never seen one. Words for horses are not borrowed from Arabic but words for saddlery are.

68   *ya zo rijiya.* "Come" and "go" seem to be freely interchangeable throughout *Tats.* Cf. the beginning note to No. 1 on the -*o* suffix.

69   *watakila* and *ko*: both have the meaning of "perhaps" here, "perhaps—maybe it was he. . . ."

75   *ya sa a 'daka.* Hence the word for a concubine, *sa'daka* [sàa'dákà].

77   *Makas-Sarki.* See note to line 49.

78   *sabadda* [= *saboda*] *hakanan*: a little obscure; it apparently means "so she [Daura] called him *Sarki*," i.e., abbreviated his title.

80   *yardi* = *yarji.* The fact that Daura had to give permission to him to name the first boy and he, permission to her to name the second is probably of some historical significance.

80, 83   *Makarabgari, Bawugari.* It is tempting to etymologize on these words with insufficient information. The second half of each certainly seems to be *gari* [gàríi], but what the first halves are is more problematical.

91   *Rano.* This seems to confirm the note to line 2 on *Nuru.*

22

Kanta's Greatness Prophesied

(I/vii)

Muhammadu Kanta, Chief of Kebbi, revolted against the empire of Songhai in the sixteenth century and was one of the first rulers of Hausa-speaking people to win an empire of his own. The emirate of Argungu is now a small one, but its people are exceedingly proud of its past. During the nineteenth century they fought continually for their freedom against the Fulani empire of Sokoto, usually with success. But a hundred years of fighting against the Fulani seems to have given their scribes a fixed impression that the Fulani have always been their enemies and would-be oppressors; hence the anachronistic reference to them in this tradition. This, as the other Argungu materials in *Tats*, is markedly western in dialect.

Note the use of prophecy as a legitimizing element in popular tradition; cf., in the Gospels, the quotations from Old Testament prophets concerning the coming of a Messiah. Great events that are to come cast their shadows before them.

Asalin Kanta

Amma farkon Kanta shi sami girma. Wata rana shina yaro, shina kiwon shanu. Gama shi dauri bawan Fillani ne, shina kiwon shanu. Sai ran nan wata saniya ta haifu a wurin kiwo. Da suka komo daga wurin kiwo, sai shi, ubangijin Kanta, yana kewaya shanu, sai ya ga saniya ta haifu, ya ce "Wannan saniyad da ta haifu, kowa ya canye 'dan nan   5 nata shi ka'dai, duniyan nan duka ta san shi. Kowa ya ji tsoronsa." Shi ko, Kanta, yana cikin shanu, shina jin abin da ubangijinsa ya ke fa'da.

Da gari ya waye, Kanta ya kora shanu, ya tafi kiwo. Da ya tafi
10 cikin daji, sai ya kama 'dan saniyan nan, ya yanka, ya canye namanta
duka, bai rage ko ka'dan ba.

Amma garuruwan da ya yi daula, uku ne, da Gungu da Leka da
Surame, amma a Surame ya mutu. Nan kabarinsa shi ke.

Zamaninsa aka 'dauko rairai daga Azbin, aka kawo turken dokinsa
15 domin iko. Amma banda Kanta ba wanda ya fara sarauta a Kabi, sai sh
Ya shekara arba'in biyu babu shina sarauta. Har yanzu duka sarakuna
da a ke yi a Kabi, ba wanda ya yi irin abin da Kanta ya yi.

Notes

1   *amma*. See No. 15, note to line 11. It would be hard to
translate it "but" in this position!

2   *gama* [gàmáa].

dauri. Western dialects for *da* [dáa].

ran nan: "one day."

5   *kowa*: in modern Hausa would more likely be *duk wanda*.
Kowa is now usually "everyone" rather than "whoever."

6   *ta* [taà] *san shi*.

ya [yaà] *ji*.

10   *namanta*: a slip for *namansa*, perhaps caused by the attrac
tion of *saniya*.

12   *daula*: a borrowing from Arabic; and it is likely that *dole*:
"perforce" comes eventually from the same origin, probably via Fulani

14   *zamaninsa*: would in modern Hausa probably have *a* before
it.

turken: of course, not the object of *kawo*—which is *shi*,
i.e., *rairai* (understood)—but the point of destination. A *turke* is a
mushroom-shaped piece of wood, projecting about eighteen inches
from the ground.

15   *domin iko*: "such was his great power."

ba wanda, etc. The meaning is that he was the first chief
of Kebbi to be an independent chief, owing allegiance to none.

16   *har yanzu*: not temporal, but simply "moreover." Often
nowadays *har wa yau* is heard.

23

The Death of Kanta

(II/xlvi)

This second tale of Kanta is again strongly western in dialect and introduces more of the prophecies and elements of the supernatural which seem to be the proofs of greatness required by popular imagination. For a summary modern account of Kanta, see Jtn, pp. 116–119. Ashita is in the Katsina area.

The year A.H. 962 is the equivalent of A.D. 1554–55 and is one of the very few dates given in *Tats*. The rule for converting dates in the Gregorian Calendar (A.D. x) to approximate dates in the Muslim Calendar (A.H. y) is $y = \frac{67}{65}(x - 621)$.

For the soothsayer warning the hero not to go forth as he is going to his death, cf. Shakespeare's augur in *Julius Caesar*, "Beware the ides of March"; Caesar paid as little heed to the augury as Kanta. Not only before their arrival but even after they are gone, the effect of great men is felt, and here again Kanta dead is still able in the popular imagination to select the site of the future city of Sokoto, which the enemies of his people are to inhabit.

Mutuwar Muhammadu Kanta, Sarkin Kabi

Kanta ya bi da duniyag ga duka, sai baiban Rini na Ashita. Ya ce, za shi yak'i inda su ke. Malamai sunka ce "Kada ka zo ka." Ya ce, zuwa shi kai. Ya tafi Rini na Ashita. Su kau garinsu na bisa dutsi.

Kanta ya zo inda ya dubi dutsi, sai dutsi shi kare. Ya ce "A hau." Anka hau, anka canye su, an gama cinsu. Ashe akwai wasu barabara, 5 ba a gane su ba. Sai sunka halbo kibiya. Ta samai ga wuya, ya mutu, tara ga Ramalan, hijira tana da 'dari tara da sittin da biyu, a Jirwa.

95

Anka azo shi bisa rak'umi, ya zaka Sakkwato. Sa'an nan Sakkwa︎
sai itace da namun daji, ba a san ko za a yi gari nan ba. Nana rak'um︎
10 da Kanta shi ke bisa ya gurfana, k'afafun Kanta sunka ta'ba k'asa.
Kuyangatai ta ce "Kun ga wurin gan da k'afafun maigida sunka ta'ba
k'asa, sai an yi alkariya nan."

Sunka iso Gungu da shi, anka yi kabri goma sha biyu, anka gina
shigifa goma sha biyu nan cikin Gungu, anka sa shi cikin shigifan
15 nan goma sha biyu. Ba a san ko wace shigifa anka sa Kanta cikinta
ba, har yau. Wasu sun ce shina nan ciki, wasu sunka ce an 'debe shi

Notes

1   *bi da*: causative of *bi*, "caused to follow, subdued."
     duniyag ga(n). *ga/gan* = *nan* regularly in Sokoto, but this
is the first time it has occurred in this selection.
     baiban: from *baibai* [= *baibayi*], plural of *babbawa*.
2   *sunka* : also standard western dialects for *suka*; and sim-
ilarly for the other *-u* pronouns in the relative past.
     kada ka zo ka. The redundant pronoun is unusual; cf.
R. C. Abraham, *Language of the Hausa People*, p. 110, para. 55A.
3   *kai* = *ka yi* = *ke yi*.
     kau = *ko* = *kuwa*.
4   *kare* [káarè]: "interposed itself, blocked the way."
5   *canye* = *cinye*: "conquered, sacked, destroyed." See No. 1
note to (25).
     barabara [bàrábàráa]: "scattered remnants."
6   *halbo*. Western dialects commonly have *l* where Kano has *r*︎
     samai. Western dialects for *same shi*.
7   *Ramalan*: the Arabic name for the month, usually rendered
in Hausa as *watan azumi*.
8   *zaka* = *zo*.
9   *nana*. Western dialects for *nan*. There are several common
longer variants such as *nananga*.
11   *kuyangatai* = *kuyangarsa*.
12   *sai an yi alkariya nan*. This is an elliptical use of *sai*,
some such thought as "nothing else can occur but [*sai*]" being under-
stood. Cf. *sai mun ga bayanku*: lit., "until we have seen the back
of you!" said to enemies before a fight. For *alkariya* [= *alkarya*] see
No. 21, note to line 17.
13   *kabri*: from the Arabic; becomes *kabari* in modern speech,
as Hausa tends to insert vowels into consonant clusters.
14   *anka sa shi cikin*. Sc. 'daya na after *cikin*.

PART 2

Arabic and Roman Script

Note on

the Arabic Script

The remaining texts are given in Roman script and in Arabic script. The texts usually begin with a brief title and then go straight into the narrative. The Arabic script (*ajami*) was done by Malam Lawal Hafizi of Tudun Nufawa, Kaduna, transcribing from Edgar's printed Roman text. Not being a Sokoto man himself, M. Lawal felt free to alter a number of uses of western dialects, so these variants occur less frequently than in the Roman (*boko*) texts in this book. However, he himself has one trait that deviates from the standard Kano pronunciation: he tends to use the *-n* genitive link after feminine words where a Kano speaker would use *-r*. This is especially a characteristic of Zaria and Bauchi speakers. His other occasional inconsistencies are indicated in the notes.

His script differs slightly from that of the scribes who worked for Burdon and Edgar, for there have been changes in the teaching of Arabic in Nigeria during the last thirty years. Such change is more in the style of writing than in the symbols used. In general there tends to be variation among scribes, used to writing Arabic rather than *ajami*, when they come to record those phonemes which occur in Hausa and not Arabic: 'b, c, 'd, ts, 'y, ē, and ō. Sometimes, as with *tsa* and *ca* (see chart following), they adapt an Arabic letter not needed for writing Hausa, since Hausa does not have that phoneme, and appropriate it to a different phoneme. Variations can be obtained by the use of three dots above or below a consonant rather than the one or two normal in Arabic. (Other languages that adopted Arabic script employed similar expedients, but Hausa, unlike Persian, does at least come from the same major language group as Arabic and is more suited to the script.)

In M. Lawal's style there is no distinction between *b* and *'b*,

whereas it is clear that the original scribes made one—probably writi
'*b* with three dots below instead of one—as they are always correctly
distinguished in Edgar's Roman transcription. On the other hand, M.
Lawal distinguishes '*y* from *y*, which the earlier scribes apparently
failed to do, even though M. Lawal does it by recording the changed
quality given to the following vowel by the glottal stop! Thus he
writes '*yan* as '*ēn*. He is inconsistent especially in the representatio
of vowel length at the end of a word (always a tricky problem in Haus
even for expert linguists). His punctuation varies. Traditionally, as
has been said, punctuation was not marked, except in some texts whe
the scribes made use of clusters of three dots, either to mark periods,
or even (!) to separate each word. M. Lawal, and I, however, have
added a certain amount, using modified Roman symbols. The same ha
happened also in modern Arabic script proper, and the student may be
grateful for the development.

  Gemination (consonant-doubling) in *ajami* is indicated by ᵚ
(*k'arfi*; Arabic *shadda*) above the consonant. In the chart of the lette
that M. Lawal uses (pp. 101–104), attention is called to certain char-
acteristics in the following way:

  ⁋ The letters *alif da hamza* and *ain* are used to indicate glottal
stops. In Hausa Roman, these are transliterated zero initially and '
medially.

  § These letters are normally used only in some words borrowed
from Arabic. The letters are pronounced differently in Arabic.

  ₤ Labialization of *g*, *k*, and *k'* and palatalization of *k* are indi-
cated by three dots above the letter; the vowel is usually *rufu'a* but
sometimes *wasali bisa*.

Boko	Hausa Name	Hausa Arabic Consonants			
		Standing alone	Joined to following	Joined on both sides	Joined to preceding
ƴ	alif da hamza	أ			ـأ
b, 'b	ba	بـ	ـبـ	ـبـ	ـب
t	ta	تـ	ـتـ	ـتـ	ـت
c	ca	ثـ	ـثـ	ـثـ	ـث
j	jim	جـ	ـجـ	ـجـ	ـج
h	ha k'arami	حـ	ـحـ	ـحـ	ـح
h§	ha mai ruwa	خـ	ـخـ	ـخـ	ـخ
d	dal	د			ـد
z	zal	ذ			ـذ

(continued on page 102)

Boko	Hausa Name	Hausa Arabic Consonants			
		Standing alone	Joined to following	Joined on both sides	Joined to preceding
r	ra	ﺭ			ﺮ
z§	zaira	ﺯ			ﺰ
'd	'da mai hannu	ﻁ	ﻃ	ﻄ	ﻂ
z§	zadi	ﻅ	ﻇ	ﻈ	ﻆ
ts	tsa	ﻅ	ﻇ	ﻈ	ﻆ
k£	kaf	ﻙ	ﻛ	ﻜ	ﻚ
l	lam	ﻝ	ﻟ	ﻠ	ﻞ
m	mim	ﻡ	ﻣ	ﻤ	ﻢ
n	nun	ﻥ	ﻧ	ﻨ	ﻦ
s§	sodi	ﺹ	ﺻ	ﺼ	ﺺ
l§	lodi	ﺽ	ﺿ	ﻀ	ﺾ

(continued on page 10

Boko	Hausa Name	Standing alone	Joined to following	Joined on both sides	Joined to preceding
ʼ	ain	ع	عـ	ـعـ	ـع
gʼ	angai	غ	غـ	ـغـ	ـغ
f	fa	ڡ	ڡ	ـبـ	ـب
kʼ mai ruwa, kʼaf wau	kʼaf	ف	ڡ	ـڡـ	ـڡ
s	sin	س	سـ	ـسـ	ـس
sh	shin	ش	شـ	ـشـ	ـش
h§	ha kuri, ha babba	ه	هـ	ـهـ	ـه
w	wau	و			ـو
y	ya	ع ي م	ـي	ـي	ـي

Boko	Hausa Name	Hausa Arabic Vowels

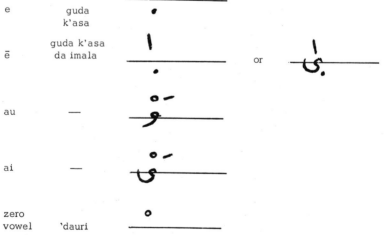

a	
wasali bisa	
ā	rarely or
i	
wasali k'asa	
ī	
u	
rufu'a	
ū, o, ō	
e	guda k'asa
ē	guda k'asa da imala	or
au	—
ai	—
zero vowel	'dauri

24

Three of Shehu's Miracles

(II/lxvi)

As would be expected, there are in *Tats* a number of traditions of Shehu 'dan Fodio, the reformer who founded the Fulani empire one hundred fifty years ago, and whose descendants and followers' descendants still rule in the Hausa states. Here are three tales of Shehu which tell of miracles done by him when he was a malam at the court of the Chief of Gobir and had not yet raised the standard of revolt. The theme of the second tale, the ruler who wished to test the efficacy of two rival religions, also occurs elsewhere in *Tats* as well as in the Old Testament story of Elijah and the prophets of Baal.

In this text of Shehu 'dan Fodio we have accounts of how he suspends the laws of gravity, shows himself independent of the bonds of place and time, and is recognized for what he is by a dumb animal.

The *bori* cult of spirit possession is still widespread in western Africa and co-exists with Islam. For a recent study of the liturgy of *bori* devotees in Katsina, see A. V. King, *African Language Studies*, Vol. VI (1965), p. 105; see also Sm, *passim*.

Zamanin da Shaihu 'dan Hodiyo
shina zaune Rugar Fak'k'o, Sarkin Gobir Yunfa
shi kuma shina Alkalawa. Suna zamne k'asa 'daya.
Shi Yunfa, mutane suka rik'a ha'da shi da Shaihu
5 'dan Hodiyo. Suna ce ma Sarkin Gobir
"Ka ga malamin nan da ke Rugar Fak'k'o, idan ba ka
kashe shi ba, yana kar'be maka duniya."
        Sai Yunfa ya ce "Ashe?" Yunfa ya sa aka
gina rijiya kusa de wurin de ya ke zama. Da aka gina,
10 aka kwashe k'asar, aka kai bayan gida, aka zubar.
Aka kawo k'asheshen rama, aka kawo agalami, aka sanya bakin rijiya.
        Daga nan sai Shaihu 'dan Hodiyo ya zo. Sai
sarkin ya ce "Malam, komo daga nan. Ga shimfi'da,
taka ce." Sai Shaihu ya zo, ya zamna, har ga do-
15 garai sun taru, suna jira su ga Shaihu 'dan Hodiyo
ya fa'da rijiya, su ko su 'dauko duwatsu, su jejjefa, su kashe shi.

Notes

        1   *shaihu* = *shehu*. Western dialects commonly have *ai* where
Kano has *e* [ee], and *au* where Kano has *o*.
        4   *ha'da*, or *gama*: here, "caused enmity between," lit.,
"joined them together" (in hostility).
        6   *da ke Rugar*: for Edgar's *da ar Ruggar*. In Sokoto, *aC*
(where *C* is the initial consonant of the following word) normally takes
the place of *ne* and *ce* (and *ke*) in Kano speech; cf. No. 5, note to
line 1. Thus *shi ne sarki* becomes *shi as sarki* in Sokoto.
        7   *yana kar'be*. The continuous form of the pronoun with, as
often, future meaning.
        maka. See No. 7, note to line 22.
        11   † *aka kawo k'asheshen rama*. M. Lawal omitted this first
phrase of Edgar's text, presumably in error.
        agalami: For Edgar's *agalemi*, a Tuareg word. Kano uses
buzu [búuzúu], which is also the word for a man of the Tuareg's serf
caste—perhaps because men of this caste wear such skins. These
skins are in common use as prayer mats or mats on which malams sit
to study. The Tuareg, as the northern neighbor of the Hausa people,
appears from time to time in their oral literature.
        13   *Malam*. See No. 6, note to line 10.
        komo daga nan: a phrase often used to request someone to
alter his position a little. A gesture indicates the direction meant.
        16   *rijiya*. Omitted by M. Lawal. For wells as scenes of fatal-
ities, see No. 19, (24). The motif of pushing someone into a well and
then stoning him also occurs elsewhere in *Tats*.
        † *su kashe shi*. Omitted by M. Lawal.

دامنن د شيخ طن بودريو

شنا د قبلى نڠر بكو سركن نموير يڠ
يتى كم شنا الفلاو . مننا د مبى قس طيا
شيى يڠب متابلى متڠ رق تطايش د شيخ
طن بودريو سنا بلى ما سركن نموير ؛
كاڠ قاهمن تن د بكى نڠر بكو إدن بك
محشميش جا يبا كزبلى مك دونيا .
سى يڠب يبلى ابلى ؟ يڠب يساء
غنا رببجيا كس د وررق د يكبى د ما ، د أك غنا
أك تابلى قسن أك كى باير غندا أك د بر
أك كاوو أڠلي اسنيا با كن رببجيا .
دعن ن متى شيخ طن بودريو يذو سى
سركن يبك ماله كوما دعن ن غا شفيط
أكتبلى . سى شيخ يذو يذ منا ، تر غادو
غرى سن تارو سنا جرا سغ شيخ طن بودى
با قاطا سو كو سطو كو دواط شجلبا

Sai suka ga bai fa'da cikin rijiya ba, har suka gama
gaisuwa, da shi da Sarkin Gobir Yunfa, suka tashi.
Shaihu ya koma gida. Sai mutane suka ce ma Sarkin
20 Gobir Yunfa, "Ga saniya da ciki, kirawo malaminka."
Suka tara 'yan bori, suka ce "Saniya za ta haifi
'ya mace." Shi kau Shaihu, da ya zo, ya ce "Namiji za ta
haifa." Sai 'yan bori suka ce "Idan dai
saniyan nan ta haifi 'da namiji, Sarkin Gobir
25 Yunfa, ka kashe mu." 'Yan bori suka ce "Sarkin
Gobir Yunfa, idan saniyan nan ta haifi 'diya
mace, sai ka kashe malaminka." Sarkin Gobir
Yunfa ya ce "Ka ji, malam?" Sai Shaihu ya ce "Ai
na ji." Sai ran nan saniya ta haifi 'diya mace. Sai
30 aka je, aka rufe 'diyar saniya. Sai aka ce "A je,
a kirawo malam." Aka je, aka kirawo malam. Suka ce
"Malam, ran nan me ka ji 'yan borin nan sunka ce?"
Ya ce "A'a! Sun ce idan saniya ta haifi 'da namiji,
a kashe su. Idan ko ta haifi 'diya mace, sun ce

Notes

18   *gaisuwa.* Lesser men must make regular visits to their chie
simply for *gaisuwa.* To fail to do so for a period without a good ex-
cuse implies discourtesy and in former times invited trouble, probably
fostered by one's rivals at court; cf. No. 30, note to line 124.

19   *suka ce ma Sarkin Gobir Yunfa*, "*Ga....*" for Edgar's
suka ce,"*Sarkin Gobir Yunfa, ga...,*" To address a chief thus by his
title and name was perhaps a convention of storytelling, but in fact
no one would dream of doing so and would use rather an honorific sucl
as *Allah shi ba ka yawon rai* or *zaki.* M. Lawal apparently felt this
and made the change.

22   *'ya mace.* M. Lawal altered the first *'diya* to the normal
Kano *'ya,* but for the rest of the piece left the Sokoto *'diya.*

25   *ka kashe mu.* The *ajami* shows that *ka* here is [kà], as one
would expect.

30   *rufe:* "shut up, hid." For the opposite action, see *bu'de,*
line 36.

33   *a'a!* [á'á]: expressing surprise that they might think he ha
forgotten.

سي شكڤ جني جاط ايكن ريڤجا ضرسك نم
ڤيشوا، دله دسركن غويز ينب لتك تايم
شيع يكوم غدا . سي منانني سكبي ما سركن
غويز ينب عنا ساينا دئكم كراوو مالمنك .
سك تار بمن بوري سكبي ساينا ذات حيف
با متي شه كو شيع ديدو يتي نمج ذا
حيف سي بمن بوري سكبي ادن دتي
ساينن تحيف طا نمج سي سركن غويز
ينب ككبسم . بمن بور سكبي سركن
غويز ينب ادن ساينن نن تحيف طيا
متي سي ككتيشي مالمنك . سركن غويز
ينب يتي مكاج مالم ؟ من شيع يتي ائ
نا ج . سي رنن ساينا تحيف طيا متي تي
اكجي ائ دربي طير ساينا سي اكتيشي اجي
اكراوو مالم . اكجي ائ كراوو مالم سكبي
مالم رنن مكج بمن بورنن سنكتي ؟
يبي ائ ما ستي ادن ساينا نا حيف طا نم
تكتبلس ادن كو نا حيف طيا متي ستي

35   a kashe ni." Sai suka ce "To, ka ga saniya ta haifi
      'diya mace." Sai suka je, suka bu'de 'yar saniya,
      sai aka ga 'dan marak'i. Daga nan ba a kashe 'yan bori ba,
      sai suka rik'a mamakin abin.
            Akwai wani doki mai harbi kamar kunama.
40   Sai suka ce "Kirawo malamin nan naka
      ya zo, ka ce ya duba maka dokin nan duka;
      in ya so ya har-
      be shi, mu huta." Shi kuwa dokin nan, ba mai ra'bansa,
      balle ya shafe shi. Sai malam ya zo, ya shafe
45   jikin doki har mara; doki bai ma kashe
      kunne ba, balle shi harba ko cizo. Sai malam
      ya komo gida nan Rugar Fak'k'o, ya yi zamansa. Wannan labarin,
      iyakar wanda na ji ke nan.

      Notes

            38   *sai*: here, as often, has almost the strength of the English
      "but."
            Perhaps *suka* = *aka* here, or perhaps *suka* refers specificall
      to the *'yan bori.*
            39   *kamar kunama.* The simile is even more appropriate in
      Hausa, where the same verb covers the kick of a horse and the sting
      of a scorpion.
            41   † This line was omitted by M. Lawal, presumably in error.
            42   *in ya so ya*: "if it chooses to."
            43   *huta*: very frequently used for relaxing after some nuisance
      or trouble has been disposed of; almost "well rid of him."
            ba mai ra'bansa: "no one could get near him." *Ra'bansa*
      comes from *ra'ba* [ràa'bá]: "keep close to, cling to."
            45   *kashe kunne*: "put its ears back." Miracle or not, some
      people have a remarkable ability to affect animals so that the animals
      will relax and trust them.

اوكهيين سي سكيلي نوكاع سانيا تاصيق ٣٥

طيا مبي د سكيلي سك بوطي بسر سانيا

سي الحغ طن مرقم · دغ نن بغ كهبي عمن بوربيا

سي سك روق ما ما كين أبن ·

الكي وڽ دوكم سي صرييم كهمرو كنا ما

سي سكبي كراوو ماليمنن ناك إنيا سن بحر ٤٠-٤٢

بسير، محوتا شم لكو دوكنن با مى رايبنس

بلي يشا مسين · سي مالم يذوا يشا بي

چكين دوكم صرمار دوكم بى ما لحبي ٤٥

لحتيبا بلي شحربا لكو ييدوا · سي مالم

يكومو غدا نن رغمر بكوا ونن لا بارن

إيالحن ونَدَ نيم كبنن ·

25

Another Miracle

of Shehu's

(III/iv)

This is one of the most famous tales of Shehu 'dan Fodio. There is a modern version in Abubakar Imam, *Magana Jari Ce*, Vol. 1, No. 27, and an English version in Jtn. Reference to the first will convict the second of an error in the occupation of the man whom Shehu helped. Stylistically, Imam's account is well worth comparing in some detail with this one, to see how a modern Hausa writer can improve on the rather bare version written down by Edgar's scribe; in particular, how the later writer is much more articulate and gives indications of character and emotion, which are hardly even hinted at here.

The importance of thaumaturgy in popular history needs no emphasis for those who have studied the Bible, but the World War I legend of the angel of Mons shows that such a trend is a continuing one and not one confined to preliterate days.

It is surely of significance that the best known account of Shehu is concerned with a trader and with honest dealing. Shehu himself may have been a Fulani and a ruler, but the typical Hausa is now and has been for many centuries a trader.

Labarin Shaihu 'dan Fodiyo da falke.
Zamanin da fatake sun je Gwanja,
sun 'dauko goro, sun komo,
sun zo Kwara inda Gungawa ke
5   fito. Ayari mai yawa ya taho, ana
fito tun da safe har rana ta fa'di.
Aka kwana, da safe kuma aka yi ta fito.
Duk mutanen nan aka fisshe su,
saura mutum guda.
10   Shi ko, mutumin nan, an sanya shi
jirgi, sun kai tsakar ruwa. Daga
nan sai iska ya taso, sai jirgi
na tanga'de kamar zai kife cikin

Notes

1   † *labarin.* The scribe has used a conventional ligature of
lam and *alif.*
    shaihu = shehu. The *ajami* has a dot above the *ha*, as this
is an Arabic word in which the consonant is a fricative, *kh.*
    falke. Western dialects; appears as *farke* later (see, e.g.,
line 24). The word was originally **fatke*, the origin betrayed (as so
often in Hausa) by the plural, *fatake.*
2   *da.* Thus, early we have an example of a superiority of *ajami*
to *boko* where the matter of vowel length is concerned: *da* in *boko* is
frequently ambiguous.
    Gwanja: the region of the modern Ashanti.
4   *Gungawa*: "men of Gungu," the tribe that lived near where
the trade route crossed the Niger (*Kwara*).
6   † *fa'di.* A carelessly written '*d.*
12   † *taso.* M. Lawal has often written a redundant *alif* after a
wau used for vowel lengthening. This derives from an Arabic convention
13   Pronoun omitted before *na* is colloquial usage.

مَلَ بَارِنْ شَيْخْ طَنْ طِنْ بُودِيّو دَڤلُكْئِ
دَامِنِنْ دَا بَتَاكِئ سَنْ جِئِ غِنْجَا،
سَنْ طُوْكُو غُورُوْ، سَنْ كُومَوْ
سِنْدُو كَارْ إِنَدْ غِنْغَاوَا كِئِ
بِلَوْا ٦٠۰ يِرِي مَنْ يَسِو يَايَعُو أَنَا

مِيْتُو تِنْ دَسَابِلِ حَرْ رَانَا يَعَا كِ .
أَيِكُو كَانَا. دَ سَابِلِ كَمْ أَكِمِي يَعُوْ
دَكْ مِتَا بُنْ تَنْ أَكَ وِسْبُسْسْ
سُورَا مَتَنْ غِدَرَا.

بِلِمْ كُو مِثْمِنْ تَنْ أَتْسِنْيَانْسْ
جِنْزِغِ . سَنْ كِئِ طِيعِ رُوَا ، دَغْ
تَرْ سَئِ إِسْكَا يَمَا سَوَاْ سَئِ جِزْنِغِ
نَا تِنْغِطِلِ كَمِرْ دَئِ كِعِلِ نِكِنْ

ruwa. Sai falke ya rik'a cewa "Shaihu
15 'dan Fodiyo, ka agaje mu, Shaihu
'dan Fodiyo, ka agaje mu!"
      Shi ko, Shaihu 'dan Fodiyo,
malamai sun taru, shina karantasshe
su nan cikin Sokoto. Sai
20 Shaihu ya ce "Almajirai, an kira ni."
Sai Shaihu 'dan Fodiyo ya je bakin
Kwara nan da nan, ya shiga cikin ruwa,
ya kama bakin jirgi, shina ja har
ya kawo ga gaci. Sai farke ya ce
25 "Alhamdulillahi, na godi Allah, na godi
Ma'aikinsa, na gode Ma'aikin

Notes

14   † The scribe has put in only a minimum of punctuation.
Edgar's original manuscripts had even less.

18   *karantasshe = karantad da*.

19   †*Sokoto*. It is of interest that the scribe has given no in-
dication of a labialized *k*, although the usual Hausa Roman spelling
is *Sakkwato*. *Sodi* instead of *sin* seems arbitrary too, as *Sokoto* is
not a borrowing from Arabic.

25   *-lillahi*. The *ha kuri* tends to occur only in the name of
God in Hausa (*Allah*) and in derived forms of the same, such as this.
Even in Arabic the spelling is conventionalized in that the *alif* that
should mark the length of the second *a* is omitted.

   godi = gode. Note how M. Lawal has indicated length in
the second *godi* by combining *wasali k'asa* and *imala*; perhaps he
hesitated between long -*i* and long -*e*. The *gode* in line 26 is more
orthodox.

روا. سى قلكى يريق بلو سيڠ

15

طن بودڤيو ‑كعا ڠچمم. سيڠ

طن بودي يو ‑كعا ڠچمم.

شمى كو سيڠ طن بودي يو

ماتمى سن تاروا. سينا ‑كر نسبى

س ندن يكن صوكتو سى

20

سيڠ يتى ا اڤماجترى انكران.

سى سيڠ طن بودي يو يچمى باكين

كاور نن دنن تسيڠ يكن روا

يكام باكين چرنم سينا جا حر

يكاوغ نمبى. سى هركى يتى

هر تحمدثيو، تا عودالله تا عودي

مء يكين س تا عودى ما يكين

Allah, na ko gode Shaihu 'dan Fodiyo.
Amma da ikon Allah, in na je
Sokoto, ina ba Shaihu 'dan Fodiyo
30   goro k'warya ishirin."
        Sai Shaihu 'dan Fodiyo ya komo
wurin 'yan makarantansa nan
cikin Sokoto. Sai almajiransa
suka ga ya zo shina matse ruwa ga rigansa.
35   Sai almajiran nan suka ce "Malam,
ruwa ya zubam maka?" Sai ya ce
"A'a. Wani bawan Allah ne, ruwa suka
so cinsa can Kwara. Shi ko
ya kira ni. Ni ko na je, na kama masa

Notes

32   † *'yan*. M. Lawal has written his ['ya] as ['e], thus recog-
nizing that the glottalized *y* differs from *y*, but marking the difference
by a closer vowel.

        'yan makarantansa. *Makaranta* being feminine, strictly
the word should be *makarantarsa*, but probably the scribe felt that
this is a single, plural concept; cf. *'yan'uwansa*: "his brothers, his
relatives." Or this may just be Zaria dialect once again.

35   † *almajiran nan*. It would have been neater to have used
the *k'arfi* (*shadda*) here instead of the *'dauri* and the two *nun*'s (a
regular trick of M. Lawal's).

37   *ruwa*. Very often treated as a plural word in Sokoto.

38   *so*: regularly used of inanimate things as if they willed
what they were going to do; it can often be rendered by "tend." Here,
perhaps, *so cinsa*: "was about to."

        † *Kwara*. A *wau* has crept in! *Ajami* spelling is not very
consistent.

آنَّة ناكو غُنودِبى شِيْع مَطن بودِريو

أمَا دَ إِيكون آنَّة إِن تاجِى

صوكُتو إِنا با شِيْع مَطن بودِريو

غُنورو قُرِبا عِيشِيرِن ٣٠

تى شِيْع مَطن بودِريو يَكُويمو

وَرِن بِمِن مَكَر نَنْسِس نِن

لَكِن صوكُتو تى آنَّما جِرَنْس

شَكَع يادو شِنا ماطِلى رُوا عَرِيفَسْ

سَ آنَّما جِرَنْنِن سَكَبِّى مَارَم ٣٥

رُوا يادِبَمَك ؟ تى يَبِّى

آ أ. وَنِباوَن آللَّه بِنى رُوا سَك

سَ يَنْسِ نِن كَلُر شِيى كُو

يَكْران نى كُو نِجِّى نَكاما مَس ،

40   hancin jirgi, har ya zo gaci."
    Ya ce "Amma kuna nan, kwa gan shi, ya
    taho. Kamin kwana goma nan gaba
    yana zuwa."
         Sai aka kwana goma, ran nan
45   falke ya zo. Sai ya 'dibi k'waryar
    goro goma sha biyar. Falke ya ce
    "Da na ce can a Kwara, rad da na zo Sokoto
    ina ba Shaihu 'dan Fodiyo k'waryan
    goro ishirin, amma yanzu k'waryan
50   goro sha biyar ni ke kai masa."
    Sai farke ya taho k'ofar gidan Shaihu
    'dan Fodiyo. Almajiran nan nasa sun

Notes

45   *'dibi* = *'debi.* See No. 7, note to line 9.
46   *ya ce.* As so often, not aloud! He would keep his deception
to himself.
48   *k'waryan.* More inconsistency by the scribe. It was
k'waryar above, and *k'warya* is a word that is normally feminine.
51   † *gidan.* The dot of the *nun,* as often, has been omitted.

حَفْنِـيْن جِزْغِم حَرْ يـِذْوْ غَمْبْـلِى ، 40

يِّبِى أَمَّا كِنَانْ كُّا غَنْشِى يَا

تَعُوْرْ. كَامِنْ كَاْنَا غُـوْمَ نَنْ غَبْ

يِنَا ذُوْ.

سَى أَكْ كَُانْ غُوْمَ رَنَّنْ

قَلْبِـى يَـذْوْ. سَى يَطِـيْبْ قُرَيْـِـرْ 45

غُـوْرُوْ غَوْمَ شَابِـيرْ قَلْبِى يِّمِى

دَاْنَابِـى نَنْ أَكِّارْ رَدَّ نَذْوْ صُوكُّوْ

إِنَّا بَا تَشْيَغْ طَنْ قُود يِو قُرَيْـِرْ

غُـوْرُوْ عَشِـيْرَن آمَّا يَنْذَرْ قُرَيْـن

غُـوْرُوْ شَابِـيرْ نِجِّى كَي مَسْ ٠ 50

سَى قَرْكِى يَشْمَحُوْ قُوْ قَرْ غِدَنْ شَيَغْ

طَنْ قُود يِو. آمَّا جَرْ نَّنْ نَاسْ نَّنْ

taru. Falken nan yai sallama. Sai
falke ya ce "Malam na kusa?"
55 Almajirai suka ce "I." Sai
Shaihu 'dan Fodiyo ya ce "Ku ce masa
ya shigo." Sai falke ya shigo. Sai
Shaihu 'dan Fodiyo ya ce "Bawan Allah,
ka tafo yau?" Falke ya ce "I,
60 na taho, Allah shi gafarta, malam."
　　　Sai Shaihu ya ce "To, kun ga wanda
ya kira ni ran nan." Sai falke ya ce "Ga
k'waryan goro goma sha biyar na kawo
ma." Sai Shaihu ya ce "K'warya ishirin

Notes

53　　*yai = ya yi.*
59　　*ka tafo.* A common opening remark when someone arrives
is *ka tafo* [= *taho*]? or *ka zo?* "have you come?"—said prior to
any greetings.
64　　*ma = maka.*

تَار وَلَڠكِسَّتَن يَتِي سَلَامَا. سَى
قَلْبِي يَتِي مَالَمْ نَا كَسْ؟
اَمَّا جَرَى سَكَبِى اِىْ · سَى
شَيْخْ طَن بُودِيُو يَتِي كَبَى مَس
سَشْغُوْ سَى وَلَبِى يَشِغُوْا. سَى
شَيْخْ طَن بُودِيُو يَتِي بَاوَن آللّه
كَا تَعْبُوْ يَوْ؟ وَلَبِي يَتِى اِىْ
نَا تَحُوْ آللّه شَغَابَزَّ مَالَمْ.
سَى شَيْخْ يَتِي ثُو كَنْغ وَنْدَ
يَكِرَان رَتَّن سَى وَلَبِى يَتَى نَا
قُمَرَيَّن غَوْرُو غَوْم شَا بَيَرَ نَا كَاوُ
مَا سَى شَيْخْ يَتِي قُرَيَا مِشِرَن

65 ka ce za ka kawo mani, kana can bakin
Kwara. Ka ce duk ran da Allah ya sa ka zo
Sokoto za ka ba ni k'warya ishirin.
Amma ga shi—ka kawo mani k'warya goma
sha biyar, na gode. Allah shi yi maka
70 albarka. Amma ka ba ni k'warya biyu, in
raba ma almajiraina. Sauran kau
ka je ka sayar da abinka."
      Sai falke ya ce "To, na ba
almajiranka k'warya biyar." Sai Shaihu
75 'dan Fodiyo ya ce "A'a, kai dai
ba da k'waryan nan biyu, sun isa.
Sauran kuma ka sai da abinka." Ya kawo

    Notes

    65   † *kawo*. The second *wau* to indicate length is strictly cor-
rect here, but has been omitted several times above.
        The element of haggling, though very mild as befits the
august nature of one of the parties, is very typical of Hausa ways.
The style of the tradition is, incidentally, much like that of a Hadith,
showing the humanity and humor of the great man, in addition to his
miraculous powers.

كبڠي ذاك كاوو مين كنا نن باكن

كلور كبڠي دلو رند الله يسا كذو

صوكتو ذاك بان قرڽا عشين

آما غانش كاكاوو مين قرڽا غوم

شاڤير تاغودي . الله سيمك

آنبرك . اما كباين قرڽا يو إن

رباما آنما جريتا . سورن كو .

كجي كسير دأينك .

سي قلكي يبي تو نابا

آنما جرتك قرڽا بير سي سيم

طن جود يو يتي آآ كتي دتي

باد قرين نن بيع سن إس .

سورن كم كسيد أينك . يكاوو

k'warya biyu, ya ba almajiran Shaihu. Far-
ke ya tashi da sauran goron, yana murna
80 da Shaihu 'dan Fodiyo ya sa masa
albarka. Shi ke nan.

Notes

80   *ya sa masa albarka*: "had given him his blessing." For
comments on the concept of *albarka* in western Africa, see J. S.
Trimingham, *Islam in Western Africa*. The *albarka* is not necessarily
something explicit, but an aura that pertains to and emanates from a
holy man.

قُمْر يا پِيُو پِپَا اَمَّا اَمَّا جِرَن شِّنَّمْ جَز
كَبَى پِپَايْش دَ سِقُور نَا نُورُون پِنَامَر نَا
دَ شِنَّمْ دَطَن بُو دِيُو پِسَا مَّا مَتَى
آبَرْكَا شِيْى كُمْنَن .

80

26

Ari's Profitable Corpse

(I/26)

The theme of the embarrassing corpse[1] also figures largely in Stevenson's "Wrong Box," and one may surmise that it is a common theme. A *tsohuwa* plays a troublemaking role in a number of other tales in *Tats* also.

It is unusual for a character to be named, as Ari is here; all the others are the usual anonymous stereotypes: Petty Trader, Wife, Old Woman, Chief Butcher, etc. The point of the name is probably that it indicates that Ari was a Kanuri. (There is a proverb, *gadon Ari sai Fanna*: "only a Kanuri can inherit from a Kanuri," as we might say "Taffy was a thief.") If this is the case, this tale may be fitted into a category of tales which caricature ethno-stereotypes, such as those concerned with the *Maguje*. In this category, the Kanuri is typically a liar and a thief.

---

1. Cf. AT, No. 1536.

Labarin 'Dan Koli da Mata tasa
da Tsohuwa da Ari da 'Dan Sarki.
    Wani 'dan koli dai ke nan shina
zamne cikin gari da mata tasa.
5 Duka garin ba mace mai kyau kaman
nata. Shi ko 'dan koli ya bar mata
tasa cikin gari, ya tafi wani gari
cin kasuwa. Kamin ya komo sai
wata tsohuwa ta gan ta, sai tai
10 mamaki, ta ce "Ashe, da wata mace
garin nan mai kyau haka?"
    Sai tsohuwa ta koma, ta sai

        Notes

        1   *'dan koli*: "a peddler."
        2   † *Ari.* Spelled with *ain* here, but with *alif* elsewhere in
this tale.
        3   *dai.* Adds very little to the meaning here.
        5   † *kyau.* M. Lawal has made no distinction between *kw* and
ky. Here, of course, it is *ky.*
        9   *tai = ta yi.*
        10 *sai = sayi.*

كلّ بارِن طَن كُولي، دَ مَا نَا تَسِي،
دَ تْلُو حْوا، دَ عِيرِ، دَ طَن سُوكِي
وَ نِ طَن كُوي وَ نِ كِينِن شِنَا
دَ مْبُي نِكِن غِيرِي دَ مَا نَا تَسِن،
دِكِ غِيرِن بَا مَتْي مَيْ كْحُو كِمِن ۵
نَاكَ · شِي كُو طَن كُويِل يَا بِر مَانَا
تَسِ نِيكِن غِيرِي يَا نَي وَ نِ غِيرِي
نِ يَا سُوا سَوا كَا مِن يِكُو مُوا تَي
وَ تَ طُو حْوا تَغْفَتَ سَي تَي
مَا مَا كِي تَبْي أَنِي دَوَ مَتْي ۱۰
غِير تَن مَيْ كْحُو سَكَ ؟
سَي طُو حْوا تَكُوم تَسَي

goro k'warya guda da turare, ta k'umshe,
ta taho wurin matan 'dan koli, ta ce
15 da ita "Ke, yarinya, 'dan sarkin
garin nan ya aiko ni wurinki." Ta ce "Ina
'dan sarki ya gan ni, har ya san ni?"
Tsohuwa ta ce "Bai san ki ba, zai
sayi goro ya ba ni, goro da turare,
20 in kawo maki?" Ta ce "Ke, tso-
huwa, kada ki jawo mani sababi, ni
matar talaka!" Tsohuwa ta ce "Ke, kar'bi,
ba kome!" Sai matar 'dan koli ta kar'bi
goro da turare. Tsohuwa ta koma
25 gida.

Notes

13   *k'umshe = k'unshe.*
17   † *gan ni.* Here again, this should have strictly been written
with a *k'arfi* (*shadda*) rather than by repeating the *n*; cf. *san ni* at
end of line.
18   *bai san ki ba*: "if he didn't."
19   † *sayi goro.* The lengthening *wau* has been omitted from
goro here.
20   † *tsohuwa.* The lengthening *alif* has been omitted (as in
several occurrences below).
23   *ba kome*: "no harm will come of it, it's nothing."

غورو فقير يا نمد د تزاربي تفمبي

تتمو ورن ماتن طن کحول تبي

د انا ، جمع يا ارثيا کطن سرکن ١٥

عمرنن يا اتکون ورنلو تبي انا

طن سرکي يغفن حر يسق

طو حو تبي بي سنکبا تبي

سي غمور بيان غورو د تزاربي ٢٠

ان کاوو مک ؟ تبي بي طو

حو بحد کجباوو من سبب ني

ماتر تلط . طو حو تبي بي کرب

با کوم سي ماتر طن کحول تکرب

غورو د تزاربي طو حو تکوم

نمدا . ٢٥

Da aka kwana biyu, ta daka nakiya,
ta sayi kilishi, ta gama, ta 'dauka ta tafi gidan
'dan sarki, ta ce da shi "'Dan sarki,
an aiko ni wurinka." Ya ce "Wa ya aiko ki?"
30 Ta ce "Wata mace ce ta aiko ni da na-
kiya da kilishi, ta ce in kawo maka."
Ya ce "Ina ta san ni, tsohuwa?" Ta ce
"Kullum ka hau doki, ka wuce ta k'ofar gidan-
su, tana ganinka." Sai ya ce "To," ya kar'bi
35 nakiya da kilishi.
　　Sai tsohuwa ta koma gidan matan
'dan koli, ta ce da ita wai 'dan sarkin
nan ya ce yana zuwa jibi. Ta ce "To,

Notes

26-27　The taking of presents of food is often the prelude to intrigue.

33　† *k'ofar*. The *k'* has been written somewhat like a *g*.

34　† *ganinka*. An example of the extreme inconsistency of word division. Usually M. Lawal has attached the *-ka* to the preceding noun, but not here.

دَأَكَ لَمَان بِيْو لَدَكَ نَالِيا
نَسَي كِلِشِى تَغَمَ نَطَوْكَ تَنَعِ غَمِنَ
طَنَ سَرَكِى . اَبَى دَشِى طَنَ سَرَكِى
أَنَ أَيْكُون وِرَنَكَ يَاتَبَى وَا يَأْتَكُوِكَ؟
تَبَى وَلَا مَبَى بَى تَأَيْكُون دَنَا ٣٠
كِيَا دَ كِلِشِى . اَبَى اِنَ كَا وُو مَكَ .
يَاتَبَى إِنَا نَسَنَّ طُو صَو اَبَى
كَلَمَ حَوَ دُوكَ كَوْبَى تَغْو جَرِغَنَ
مَّ تَنَا غَمِنَ كَ . سَى يَبَى لَو يَكَرَبَى
نَا كِيَا دَ كِلِشِى . ٣٥

سَى طُو صَو تَكُومَ غِمِنَ مَاتَنَ
طَنَ كُول اَبَى دَبِ وَى طَنَ سَرَكِن
نَنَ يَا بَى يَنَا دَا جِيبَ . اَبَى لَو

Allah shi kawo shi!" Sai tsohuwa ta ce
40 da matan 'dan koli "Sai ki yi tuwo
da nakiya, ki tara abinci mai da'di
ran da zai zo." Matan 'dan koli ta ce
"To." Ta tara abinci ta ajiye kamin
'dan sarki shi zo. Sai tsohuwa
45 ta zuba guba cikin abinci, ta ajiye.
'Dan sarki ya zo wurin matan 'dan
koli, ya zamna. Ta ba shi nakiya. Da ya gutsuri
nakiya, ya ci, sai ya mutu. Sai tsohuwa
ta ce "To, ga shi nan, 'dan sarki ya
50 mutu gidanku." Matar 'dan koli ta yi
kuka. Wani mutum ya zo, wai shi Ari,

Notes

39   *Allah shi kawo shi!* References to the future in Hausa tend
to inspire some sort of prayerful appeal to God such as the very com-
mon *in Allah ya so.*

42   *ran da = ranar da.*

49   *'dan sarki ya mutu gidanku.* A horrible predicament, doubt-
less described with zest.

51   *wai shi:* "called."

اَللَّهَ شِكْماَوُوِش · سَيْ طُّوحَو نَبِّي

دَماَ اَنْ طن كْوِل سَيْ كِي نَووُ

دَناَكِيَا · كِحَاار أَبْنْي مَيْ دَاطِ

رِنْد دَّبِّذوُاْ ! ماَ اَرْ طن كُولِ نَبِّي

نَّوُ · اَّار أَبْنِي تَأجِّي كَامِن

طن سَمْرِكِي شُذُوُ · سَيْ نُّوحَوَا

اَّدَب عُمْباَ نَكْرِي أَبْنِي تَأجِّي ·

طن سَمْرِكِ يِذُو وَرِنْ ماَاَنْ طن

كُولِ يِذْمِن تَبَانِش ناَكِياَ ذِعْطِرِي

ناَكِياَ يِنْ سَيْ يِمماَ سَيْ طُّوحَو

نَبِّي تُووغاَ شِنَنْ طن سَمْرِكِي يَا

مَن عِمْدَنْكْ ماَ اَرْ طن كُولِ سَيْ

كُّوحاَ · وَن مَتِّن بِذْ وَن يِلْي أَرِ

ya ce da matar 'dan koli "Nawa
za ki ba ni in 'dauke maki 'dan
sarkin nan?" Ta ce "Na ba ka shanu
55 biyu." Ya ce "To, kawo keso
da igiya." Ta ba shi keso
da igiya, ya na'di 'dan sarki cikin
keso, ya 'dauko shi, ya tafi
gidan sarkin fawa, ya ce
60 "Sarkin fawa, na zo wurinka ne."
Sarkin fawa ya ce "Wanene?"
Ya ce "Ni ne 'dan sarki, na zo
wurinka, ina son kilishi." Ya ce
"Ai, ba ni da kilishi." Ya ce "In ba ka
65 ba ni ba, na mutu." Sai Ari ya jingine
'dan sarki, ya aza takalmi

Notes

63   † *son.* Strictly, the *o* in *son* cannot be long, but the scribe
has retained the *wau* that was there before the -*n* got added.
65   *na* [naà]. *Ajami* can indicate length, but not tone.

يتى) دَ مَاتَرْ طَنْ كُولْ نَوَ
دَالجْبانْ إِنْ طُوجْى مَكِ طَنْ
سَرْكِنَنْ؟ نَتْى نَا بَاكِ شانْ
بِيُو• يَتْى نُو كَاوُوا كَلْسُوا
دَ إِ غِيَا• نَبَايِشْ كَلْسُوا
دَ إِ غِيَا• يَنَطَى طَنْ سَرْكِى نِكَنْ
كَلْسُوا يَطُوكُوشْ يَتَبِ
غِدَنْ سَرْكِنْ جَاوَا يَتْمَى
سَرْكِنْ جَاوَا نَاذُو وِرِنكَجْى
سَرْكِنْ جَاوَ يَتْى وَا بُلْنْى؟
يَتْى يِيَبْى طَنْ سَرْكِى نَوُو
وِرِنكَ إِنَا سُونْ كَلِيشْى يَتْى
أُى بَانْ دَكَلِيشْى يَتْبَى إِنْبَكَ
بَانِيَا نَا مَكَ• سَى أَرِ يَجِنْغِى
طَنْ سَرْكِى يَعَذْ نَاكَلَمَى

55

60

65

gabansa. Sai Ari ya shiga wani
sak'o, ya ra'be. Sai sarkin
fawa ya fito, ya ce "Ina mai neman
70 kilishi?" Ya duba, sai ya ga 'dan
sarki a jingine, ya ce "Af! Ashe
kai ne?" Ya ta'ba shi, sai ya fa'di.
Sai sarkin fawa ya ce "Yau ga
mugun abu ya same ni:
75 ga 'dan sarki ya mutu k'ofar
gidana. Ina yanda zan yi?" Sai
shi, Ari, ya fito daga cikin sak'o,
ya ce da sarkin fawa "Nawa za ka
ba ni, in raba ka da shi?" Ya ce
80 "Na ba ka zambar ishirin da cinyan sa."

Notes

76   *ina yanda...?* lit., "Where how...? Where the way
that...?" i.e., "Whatever...?"
80   *zambar ishirin.* Cowries, of course.
cinyan. Another instance of M. Lawal's having substituted
the masculine *-n* for the feminine *-r*.

غمبيس سي آر يشخ ون
سا فو يرابي . سي سركن
باو يبتو ييبى إنا مينيمن
كليتي يدوب سي يغ طن ٧٠
سركى آجنغنى ييبى آب أبى
كى بى؟ يتباش سى يقاط
سى سركن باو ييبى يوغا
مومنن أب يا سا من .
نما طن سركى آ ممك فوقير ٧٥
غدانا. إنا ينكد ذنى سى
شى آر يبتو دغ ليكن سافو
ييبى د سركن باو نو ذاك
بان إن ربايك دشى؟ ييبى
تا بايك ذ همبر عشرن د ينن سا. ٨٠

Ya ce "To, kawo keso da igiya."
Ya shiga cikin gida, ya kawo masa
keso da igiya. Sai ya na'de
'dan sarki, ya 'dauka, ya fita.
85 Sai ya tafi gidan madugu da tsa-
kad dare, ya ce "Madugu,
salam alaikum." Madugu ya fito,
ya ce "Wanene?" Ya ce "Ni ne,
'dan sarki. Na zo, ka ba ni goro,
90 in saya." Madugu ya ce "Ai, ba ni
da goro yanzu." Shi ko ya ce
"In ba ka ba ni goro ba, na mutu."
Madugu ya ce "To, mutu mana!" Sai
Ari ya jingine 'dan sarki jikin

Notes

83   † *keso.* This time the scribe has omitted the redundant *ali*,
86   † *madugu.* Its last syllable has been lengthened on this,
its second appearance.
93   *mana.* As usual, said encouragingly—though this was
hardly an encouraging thing to say: "then go ahead and . . . ! "

ايني تو كاوو كلسوا داعيا

يسيڠ تكن غدا يكاوومتس

كلسو داعيا سي ينطلى

طن سركى يطلوك يبت

سى يتب غدن ماد غ دط

حد برى ايني ماد غو

سلام علَيكم ماد غ يعلوا

ايني وابنى يتي نينى

طن سركى مذو حجان غورو

اين سيا . ماد غ يتي اى بان

دغوروا ينذ ! شى كو ايني

اين بك بان غورو با نا مت

ماد غ يني تو متمنا . سى

آر يجنغنى طن سركى جكن

 95 katanga, ya tafi wani sak'o, ya la'be.
     Madugu ya fito waje, sai ya ga
     mutum a jingine. Ya ce "Af!
     Ashe ko, 'dan sarkin nan ne
     ya zo wurina. Ina cewa wani ne."
100 Sai ya ta'ba shi ka'dan, sai
     ya fa'di. Madugu ya ce "Subhana-
     llahi! Ina yanda zan yi? Ga 'dan
     sarki ya mutu a k'ofar gidana!"
     Sai Ari ya fito daga cikin sak'o,
105 ya ce "Madugu, me ya same ka?" Ya ce
     "'Dan sarki ne ya zo neman goro
     wurina, bai samu ba. Sai ya mutu.
     Ga shi, na rasa yanda zan yi." Sai
     Ari ya ce "Me za ka ba ni in na 'dauke

              Notes

     99 † *wurina.* Another example of illogical word division: the
medial *ya* would have been more suitable than the final *ya*, as it
would enable the *-na* to be connected.
     101 *subhanallahi:* an expression of consternation.
     105 *same ka.* Strictly, the objective *-ka* is short.

كڠنغ ببتكب ورن سافو يلبى
مادغ يڤتو وجى سى يغ
متن اجنغنى ببتى اف
آبثى ڬبو طن سركنن نى
يذو ورى نا إنا بتو ونبى
سى بلبابث حطن سى

يباط مادغو ببى سبجان
اللَّه! إنا ببد دنى؟ غاطن
سركى ياام افو ڤر غدانا.
سى أبر يبتو دغ لكن ساڤا
ببثى مادغ بميسا ملكا؟ببى

طن سركىبى يذو بلمن غمورو
ورينا ببى سامر با سى بمت
غابث نارس ببد دنى .سى
أر ببى مى ذاك بان إنطوكى

110 maka shi daga k'ofar gidanka?"
    Madugu ya ce "Na ba ka goro waga
    'daya." Ya ce "To, kawo keso da
    igiya." Ya ba shi keso da igiya,
    ya na'de 'dan sarki, ya 'dauka.
115   Yana tafiya, sai ya zo bayan gidan
    ubansa. Sai ya jefa 'dan sarki
    ta kan katanga. 'Dan sarki ya fa'da
    cikin gida kusa da wani akurkin
    kaji. Sai sarki ya ji motsi,
120 ya zare takobi, ya fito. Sai
    ya ga mutum kusa da akurkin
    kaji yana kwance. Sai ya sare shi,
    ya ce "Ko wanene ya shigo gidan nan
    na gan shi da safe."

Notes

116   *ubansa:* i.e., the dead man's father. It would be more normal Hausa to refer to him by his title, *sarki*.

121   He suspected him of the intention of stealing his chickens, and dealt with him summarily. Thieves are apt to get rough treatment if caught red-handed, even today.

122   *kwance* [kwàncé].

124   *na* [naà].

متكيشي دغ فو جر غدنك؟
ماذغ ببي نا باك غورواواغا
طيا. ببي لوكاوو كمسوا د
اغيا. يباش كمسوا د اغيا
ينبطي طن سركي يطوك.
يما بجيا سي يذ وا باين غدن
مبنس سي يجب طن سركي
تكن حسنغا. طن سركي بقاط
تكن غدا الحس د وين اخرين
كاج سي سركي يج موط
يذ ابي تكوبي يبلو سي
يع من كس دا لحرمين
كاج بنا كنيي سي يسابش
ببي كو وابنبي يشغو غدن
با غنيش دسا بي.

125   Da gari ya waye, mutane suka
taru, suka gani sarki ne
ya kashe 'danshi. Sai sarki
ya ce "Tun da shi ke dai ba
wanda ya sani sai na gida, ku ru-

130   fe shi. Rashin sani ne."

Notes

125-130   On this page in the *ajami*, apparently to display his
virtuosity, M. Lawal changed his style and wrote in a way more typi-
cal of sixty years ago, before the effect of the Law School in Kano—
later the School of Arabic Studies—began to be felt in northern Nigeria.
Cf. p. 99.

128-130   The chief's decision is hardly one that would be ap-
proved by a court of law, Islamic or otherwise.

129   † *rufe*. The division of the word at the end of the line makes
it harder to read.

130   *rashin sani*: "ignorance of the facts," "accident."

د خمرے یقا ایل قتا بن اسک

تر روسک من سرکرن

یکبثر طلنتش. سر سرکس

بیل ثر د شکو دن با

م ند یسن سر نفدا. کر

بش رش سنینل

27

Not So Dumb

(III/175)

There is an English version of this tale in Jtn, p. 191. Perhaps the
most noteworthy thing about this story is the fact that the *alk'ali* con-
sults those present and gives sentence according to their advice.
Unless those consulted were expert assessors or elders, wise in cus-
tom, in a marginal area in which non-Muslims lived, this would never
happen. One may hazard a guess that this tale has been lifted from
some non-Muslim setting where the judge or chief did in fact take a
majority opinion before giving judgment.

  Bebe is usually given as "deaf-mute" and *kurma* as "deaf," but
it would seem that there is no Hausa word for one who is simply dumb.
A *bebe* can, in fact, usually make certain inarticulate sounds and will
often understand a sort of sign language.

Labarin Mai Kaya da Bebe. Wani mutum
yana tafiya, sai ya gamu da wani a kan
hanya, yana tafe da kaya da yawa.
Mutumin nan da ya tarar ya ce masa
5   "Kayanka ya yi maka nauyi?" Shi
kuma ya ce "K'warai ko!" Ya ce "Kawo
rabi, in rage maka!" Ya saukad da kaya,
ya 'debi rabi, ya ba shi don ya rik'e masa.
Suna tafiya har suka shiga birni.
10 Ya ce masa "Ga wajen da ni ke so

Notes

3   † The use of the occasional comma in the *ajami*, copied
from the Hausa Roman text, is rare enough to deserve comment.

       † *tafe.* The -*e* is marked long (with the *ya* plus *imala*) here,
but it is usually considered short in this form, as adverbial noun of
state: [tàfé]. There is still much doubt about the length of the last
syllables of Hausa words, and M. Lawal himself has often varied as
to writing them long or short.

       † *yawa.* The second syllable, given as short in the diction-
aries, has here been marked long.

5   † *kayanka.* Another case of inelegant cutting off of the -*ka*
from the word with which it goes very closely.

8   † *don.* Written as *dan* further on, which is perhaps nearer
to the standard pronunciation of *o* when it occurs in a closed syllable.

كا بارين منيْ سهايا دَ بلسبى ٠ وَرٍ مبنْ

ينا ٘بجيا سيْ يَغمر دَ وِن أكنْ

دنيا، ينا ٘بجى دَكايا دَيوِرَ ٠

مٓمٍنْ تنْ دَ ٘ترّز   يٖنى ٘مس

كا ينْ ـهـ يَاى مك نَوٖيى ؟ ٘يسى   5

كمِ يٖنى قُترى كو ٘يٖنى كا وُو

رَبى ـانْ رَغمٓمك ـسمٓوكترّ كايا

يٖطمب رَبى ٘يبايٖش دنْ يَر فٓمس

تسْنا ٘بجيا حرَ سَك ٘شيْغ ٘برنْنى ٠

يٖنى مس غاو جنن دَ نٖكلى سَوا   10

in sauka. Ba ni kayana." Ya yi buu-
buu—maganar bebe ke nan—ya kama
kayansa, yana ja. Wannan kuma yana ja,
ya ce ma bebe "Sakan mani ka-
15 yana!" Bebe ko yana magana kaman
bebe, babu mai jin abin de ya ke fa'di,
har ta kai su ga kokuwa. Mutane
suka zo don su raba su. Abin ya gagara,
suka kai su wurin alk'ali. Aka
20 tambayi mai baki. Mai baki
ya ce "Ina komowa daga tafiya, sai
na cim ma wani a kan hanya. Ya ce
mani 'Na ga kaman kayan nan ya yi

Notes

11   *buu-buu*, or possibly *bo-bo*: meaningless sounds to indicat
his assumed dumbness.

13   † *wannan.* In a word as common as this, it is easy for the
scribe to have omitted the *k'arfi* (*shadda*) which indicates the gemina-
tion; and, in fact, the gemination is often heard fairly weakly.

14   *sakan mani* [= *mini*]. In writing this—where M. Lawal
would say ⌊sàkam manĭ]—he has departed from strictly phonetic tran-
scription, presumably to indicate the grammar of this, pre-dative, form
of *saka* [sàká].

17   *ta kai su ga kokuwa. Ta* probably refers to *magana*, which
is understood.

19   *alk'ali*: an Arabic word, of course, as the *al*- indicates.
M. Lawal has retained its Arabic spelling with the *ḍaḍ*, which has
become *l* in Hausa Roman.

20   *mai baki*: lit., "the one with the mouth," i.e., the one who
could speak.

21—33 This piece of the narrative is repeated three times in the
course of this short story. It is rare in *Tats* to have something like
"he then recounted what had happened" substituted for the full narra-
tion of the event. Repetition has a certain rhythm that suits the style
of the tale.

إِنْ سَوُكْ بَانْ سَايَا نَا . يَبِي بُو
بُو مَغْنَزْ بُلِبِي كُلِمَنْ يَكَامَ
كَايِنْسْ يَنَاجَا وَنَنْ كُمَرْ يَنَاجَا
يَبِي مَا بُلِبِي سَكَنْمِنْ كَا
يَا نَا . بُلِبِي كُو يَنَا مَعْنَا كُمَنْ
بُلِبِي بَابَ مَنْ جِنْ آيِنْدَ يَكِي بَط
حَرْ تَكْمِسْ عَمَ كُوكُو . مَتَا بِي
سَكَدُوا دُنِ شَرْ بَا مِنْ آيِنَ يَغَائِرَ
سَكْ كِى سْ وُرِنْ تَفَاضَى أَكِ
لَمْبِي مَنْ بَاكِى . مَنْ بَاكِى
يَبِي إِنَا كُو مُو وَ دَعَ يَعِيَا سَى
مَشِمَ وَنَنْ أَكِنْ حَنْبَا . يَبِي
مِنْ نَاعْ كُمَنْ كَايِنْ نَنْ يَايِ

maka nauyi.' Na ce masa 'Da yawa.' Ya ce
25 mani 'Kawo rabi in rik'e maka.'
Na sauke kaya, na ba shi rabi don ya ri-
k'e mani. Muka nufo gari, muna ta'di.
Da muka shiga gari, na ce masa 'Ga wurin
da zan sauka, ba ni kaya!' Sai ya shiga
30 maganan bebe, muna fa'da, har mutane
suka zo don su raba mu. Abin ya ga-
gara, suka kawo mu gabanka ne.
Maganata ke nan, ranka ya da'de." Alk'ali
ya ce "To, jama'a, ina abin da kuka gani?"
35 Sai jama'a suka ce "Don ya ga shi
bebe ne, shi ke so ya cuce shi.
Ina aka ta'ba yin haka, ranka ya da'de?"

Notes

26   † *don.* See note to line 8.
30   *maganan.* M. Lawal has written -*n* for -*r* so frequently as
to be hardly worthy of comment.
36   *cuce*: "trick, cheat, harm."
37   *yin haka*: i.e., act in the way described by the complainant

مک توري ببتي مس ديوا ببتي
من كاوو ربي إن ربمك
نسوكي كايابايش ربي دتير
فمن مكنفعوا نمري منا تاط
دمک شع نمري نبي مس غاورن
د ذ نسوك بان كايا . سي يشع
معنن يليبي منا بط حزم ما ابي
سكذوا دن سربام أين يغا
نمرا سك كاوومرنمبنك . نب
معنا تاكينن رنک يد طي ألفاظي
يبي تو جمع إنا أبند كك غيي؟
سي جمع سكني دن يانع شيي
يليبي شجي سو يتو بليش
إزا أك تب بين حك رنک يد طي؟

Alk'ali ya ce masa "Kana da shaida?"
Ya ce "A'a, mu biyu ne." Alk'ali ya ce
40   "Tafi, k'arya ka ke yi." Ya tafi ya zauna
cikin gari, yana sai da sauran
kayansa. Wani abokinsa mai
wayo ya zo, ya same shi, ya ce
masa "Na ga ka wuce ni da kaya mai yawa.
45   Yanzu kuma na ga abu duk ya lalace.
Ina dalili?" Ya ce masa "Wauta ce
dalili." Ya ce "Wace irin wauta?"
Ya ce masa "Ina komowa, na cim ma
wani. Ya ce mani 'Ka wahala.' Na ce
50   'Da gaske.' Ya ce mani 'Kawo rabi
in rik'e maka.' Na ba shi, ya zo, ya zama 'dan

Notes

38   *kana da shaida?* Usually an *alk'ali*'s first question after
having heard the complaint.

39   *a'a.* Contrast the spelling here with that in No. 25, line 37.
The pronunciation is the same in the two instances.

45   *duk*: "your whole situation."

       lalace: "has deteriorated." M. Lawal has used a conven-
tional ligature of *lam* and *alif*.

46   *wauta ce.* According to the dictionaries, the second syllable
of *wauta* is long. Here it is lengthened in any case by the following
ce ("is"); but in line 47, M. Lawal has written the second syllable
short.

51   *ya zo, ya zama 'dan Adam*: lit., "he came, he became
human being." This is a little obscure at first, but this is an example
of the use of *zo* that we have had before, somewhat like the colloquial
English "he went and . . . ." The remaining idiom is given in Abr as
"he acted rudely," i.e., he did what most men do—a somewhat cynical
comment on human nature.

اَنْفَاضِى بِيْتِى مَسْ كَنَا دَ شُمَدْ؟

بِيْتِى عَالَمْ مُوبِيُوبْتِى اَنْفَاضِى بِيْتِى

تَعِبْ قَرْيَا كُجْتِى يَتَعِبْ يَذَوْنَا ٤٠

تِكِنْ غَمَيرَى يَنَا سِيْدْ سَوْرَنْ

كَا يَنْسَ . وَنْ اَبُو كِنْسَ مَنْ

وَارِبُو يَذَوْ يَسَا مُسِّشْ يَتِى

مَسْ نَاعَ كَاوْبِيْن دَكَا يَا مَنْيَوْ

يَنْدُكُمْ نَاعَ اَبْ دَكْ يَالَا لَا بْتِى ٤٥

إِنَا دَلِيلِيمْ بِيْتِى مَسْ وَوْنَا بْتِى

دَلِيلِيمْ . يَتِى وَبْتِى اِرِنْ وَوْتَ ؟

يَبْتِى مَسْ إِنَا كُومُووَا نَيْمَا

وَنِى يَتِى مَنْ كَا وَحَلْ . نَبْتِى

دَنَمْسَكِّى يَبْ مَنْ كَاوُو رَبِيْ ٥٠

إِنْ رَفِتْمَكَ نَبَايَتْ يَوَا يَذَمْ طنْ

Adam, ya ce shi bebe ne. Muka je
wajen alk'ali, ya kashe ni." Abokinsa
ya ce "Ka tabbata ya yi magana da kai?" Ya ce
55 "Na tabbata." Ya ce "Yana nan garin?" Ya ce
masa "Yana nan." Ya ce "Ni, ina jin
maganan bebe. Koma wurin alk'ali,
ka gaya masa ka samu mai jin maganan
bebe." Ya je, ya gaya ma alk'ali.
60   Alk'ali ya yi dariya, ya sa aka kira
bebe. Bebe ya zo, alk'ali ya ce ma
mai dukiya ya yi magana, sai ya ce "Ni
maganata ta k'are, bebe ya yi." Aka ta'ba
bebe. Bebe ya soma kaman yadda
65 ya ke yi da. Abokinsa ya ce "Tsaya!" Aka tsai da

Notes

53   *ya kashe ni:*   "he made me lose my case."
63   † *ta'ba.* The scribe has failed, as usual, to distinguish *'b*
from *b.*
65   *tsai da* = *tsayad da.*

أَدَمْ . يَتِي شَمْ بِلْبُبُنِي مَكِجِي
وَجِنْ اَلْقَاضِي يَكِبُشِنْ . آبُوكِنْسْ
يَتِي كَا تَبَّتَا يَايِ مَغْنَا دَكِي يَتِي
نَا تَبَّتَا يَتِي يِنَا نَنْ غَمْرَنْ بَيْتِي

55

مَسْ يِنَا نَنْ يَتِي يِي إِنَا جِنْ
مَغَنَنْ بِلْبُلِي . كُو مَا وِرِنْ اَلْقَاضِي
كَغِيَا مَسْ كَا سَامْ مَنِي جِنْ مَغَنَنْ
بِلْبُلِي . يَجِلِي يَغِيَا مَا اَلْقَاضِي .

اَلْقَاضِي يَتِي دَارِيَا سَا أَكْ كِرَا

60

بِلْبُلِي . بِلْبُلِي يَدِوَا اَلْقَاضِي يَتِي مَا
مَيْدُ وَكِيَا يَتِي مَغْنَا سَمْ يَتِي يِي
مَغْنَا تَا فَارِي بِلْبُمِي يَتِي اَلْحَبَّبْ
بِلْبُلِي . بِلْبُلِي يَسُو مَا كَمِنْ يَدْ
يَكِبُلِيي دَا أَبُوكِنْسْ يَتِي ظَيَا اَلْحَظِيا

65

bebe, ya daina magana. Abokin mai
kaya ya ce "Ranka ya da'de, beben nan
zaginka ya ke." Bebe ya ce "Yaushe?"
Alk'ali ya sa aka kama bebe akai
70   masa bulala.
Aka ba mai kaya kayansa. Da-
lili ke nan aka ce "Kada ka shiga
abin da ba ka sani ba, don k'yuya!"

Notes

68   *yaushe?* The climax of the whole story, laconically con-
tained in one word, with no explanation. The pretending dumb man
was so upset at the accusation of such disrespectful conduct that he
forgot his role and spoke.

69   *akai = aka yi.*

70   † *bulala*. The scribe has used a conventional Arabic ligatur
of *lam* and *alif.*

71–73   The tale has a moral ending for the guidance of the young
as so often, but not this time a proverb.

73   *k'yuya.* See Abr under that entry. It was indolence that
made the man in this tale let the other carry half his load for him.

بيبي يدرن معنا آبوكن متي
كايا يتي رنك يد طبي بليسن
ڈاغنك يكلي . بلبسى يبي يوببي
آنقاضي يس آكو كام بلبس اكني
مس بولا لو .

آكبا متي كايا كاپتس .
ييلي كلسنن آكبي كد كشع
آپند بك سني با دن قو يا .

28

'Dan Kano
and 'Dan Katsina

(II/35)

Here is a Trickster Tale in which two tricksters do their best to out-
smart each other. As in other countries, the man from the city is
usually known for his smartness, and in this tale, the champions from
two cities compete with each other. Of this tale, too, there is an
English version in Jtn, p. 213, and another in W. H. Whitely, ed., *A
Selection of African Prose*, Vol. 1, *Traditional Oral Texts* (Oxford,
Clarendon Press, 1964), p. 184. It is a tactful conclusion that makes
the honors even, so that neither Kano nor Katsina need feel shame.

Labarin 'Dan Kano da 'Dan Katsina. Wannan, da mugu
'dan Kano, da mugu 'dan Katsina. Mugu 'dan Kano
ya je, ya sassak'o 'bawon kuka, sai ya tafi
marina, ya rina 'bawon kukan, ya tafi ya sayo shuni,
5   ya zo mabuga, ya fesa ruwa, ya buga 'bawon kuka,
ya sa masa shuni. Sai ya sa a takarda. Sai mugu
'dan Katsina ya tafi, ya sami burgame, ya tsinto
tsakuwa, ya 'dura a burgame, sai ya 'damre.
Ya kawo kur'di metan, ya 'dura a bakin burgame,
10 ya 'damre. Ya kama hanya za shi kasuwa, sai
ya gamu da 'dan Kano, ya ce "Aboki, ina za ka?"
Ya ce "Za ni kasuwa." "Me za ka kayi?" Ya ce
"Kore ac cikin takarda." Sai 'dan Katsina ya ce
"Ni ma za ni in sayo kore. Ga ku'dina zam-
15 bar ashirin." Sai 'dan Kano ya ce "To, za ni
sai da riga, kai kuwa za ka sayen riga." Sai

Notes

1   † *Katsina.* To have written *Katsina* thus with a *ha kuri* at
the end is an Arabicism, as if the word were an Arabic feminine noun.
There is no reason phonetically why any consonant should be written
after the *-a.*

   wannan, da mugu 'dan Kano, etc.: "there was once a rogue
a Kano man," etc.

4–6   Kano is, of course, famous for its dyepits, and the proces[s]
described here of beating dry indigo (*shuni*) into cloth is the way of
preparing *kore* (see note to line 13), one of the expensive products.

7   *burgame.* More usually, *burgami.*

8   *'dura.* Abr glosses this "of liquids," but in fact it is often
used, as here, for a quantity of such things as gravel and corn.

9   *kur'di.* Western dialects for *ku'di,* and perhaps the older
form.

12   *kayi = kai.* M. Lawal has used *wasali k'asa* instead of *'dau*[

13   *kore:* a shiny, dark blue gown.

15   *ashirin.* To have lengthened *ashirin* into *ashirīn* is
another Arabicism not justified by the Hausa pronunciation. Twenty
thousand cowries was worth five pounds sterling at the 1903 rate of
exchange.

تد هارڽ طن كنو دطن كطنة .

ونز د موغ طڽ كنو د موغ طن كطنة موغ طن كنوا

يجلى يستسفوا بااو ن كوك سڽ ينڽ

ميرنا يرنا باو ن كوكن يڽ يسيو شوڽ

⁵ يذو متبغا يجتس زوا يبغا باو ن كوك

يسا مس شوڽ سڽ يسا انكردا . سڽ موغ

طن كطنة يڽ يسام برغامى يطنلو

طكو يطورا ابرغامى سڽ يتطمرى .

يكاو لحشط مسن يطور با ين برغامى

¹⁰ يطمرى بيكام حنيا دايش كا سوا سڽ

يغم د طن كنو يڽ بوك انا دا كا؟

ينى دان كا سوا مى دا ك كى ؟ ينى

كورى انين انكردا سڽ من كطنة ينى

نم ما دان انسيو كورى غاكيم نا دم

¹⁵ بر مشيرين سڽ طن كنو يڽ توا دان

سڽ دريغا كى كو دا ك سيمز يغاسى

ya ce "Ba ni kur'di, in ba ka riga." Sai 'dan
Katsina ya ce "To, ga kur'di!" Ya kar'bi riga.
Sai suka rabu, wannan ya wuce, wannan ya wuce.
20 Da suka ta'ba tafiya, 'dan Kano na fa'di "Na kashe
'dan Katsina," 'dan Katsina na fa'di "Na kashe 'dan
Kano." Sai kowa ya bu'de ya gani. Wannan ya ce
"Ashe 'dan Kano 'bawon kuka ne ya rina!" Shi
kuma sai ya je, ya zazzage, sai ya ga kur'di da
25 tsakuwa. Sai ya ce "Ashe 'dan Katsina tsakuwa
ce ya 'dura a burgame! Ya kawo metan
ya zuba bakin burgame." Sai suka tashi suka
zo suka ha'du. Sai 'dan Kano ya ce "Ashe
'dan Katsina mugu ne kai?" Shi kuma 'dan Katsina
30 ya ce "Mugu, 'dan Kano." Sai suka ce "To, wa-
yonmu ya zo daidai. Mu gamu, mu tafi yawon wurin ne-
man abinci." Sai suka jera, suka yi ta tafiya har

    Notes

     20   † *ta'ba.* Once again M. Lawal has failed to distinguish *'b*
and has written *b.*
       na fa'di. Pronoun omitted, colloquially.
     23   † *kuka ne.* Note how the syllable preceding *ne* is regularly
lengthened in speech, a fact correctly registered by M. Lawal.
     24   *zazzage:* "shook out" (the contents).
     25   † *tsakuwa.* This time, written with the last syllable lengthe:
probably just inconsistent writing.
     30   † *sai.* Note the slightly different style of writing *sin*; possi
in this instance the three strokes were added afterwards, as, in error,
M. Lawal had failed to make his usual *sin.*
       wayonmu = *wayommu,* which more nearly represents the
pronunciation.
     31   *wurin.* Strictly, redundant.
       † *neman.* Inelegantly divided into two parts, perhaps oc-
casioned by the scribe's having reached the end of the line.
     32   *jera.* One fell in behind the other, the normal process when
two are walking together along the narrow paths of Hausaland.

يتي بأن مكرطم إنبا ك ريغا · سى طن
كظنة يتي لو ڠا لمرطم يكري ريغا ·
ستى سك ربو ونن يوبتى وتن يوبتى
- دمسك تمب تبيا طن كنو نابط تا كبتى
طن كظنة طن كظنة نابط تا كبتى طن
كنو سى كووا يبوطى يغن ونن يتب
أتبى طن كنو باون كوكا بتى يرنا؟ شم
٢٠
كم ستى يمبى يدؤ بتى ستى يغ كرطم د
طكوا ستى يتي أتبى طن كظنة طكوا
بتى يطورا   أبرڠا مبي؟ يكاووا مبتن
يدؤنا بايكن برڠا مبى ستى سك تايس سط
دو سك حط · ستى طن كنو يتي أتبى
طن كظنة موغنو نبى كتى؟ بِتِ دكم طن كظنة
يتي موغنو طن كنو · للتى سكبتى لووا
يونم يا أودبدنى · مغم متب يا وورن بتى
من أبنت ستى سك جمرا سكى تمبيا خو
٢٥
٣٠

suka zo wani gari, suka nemi goruna, suka nemi
k'ok'una da sanduna, suka kama hanya. Suna
35   tafiya, sai suka je cikin daji, suka ga fatake
sun sauka. Sai suka zo, suka 'buye,
ba su isa wurin fatake ba sai da dare
ya yi, sannan suka isa, suka kuwa rufe
idanunsu. Sai suka ce da fatake su maka-
40   fi ne. Suka zauna nan wurin fatake. Da fata-
ke suka yi barci, sai makafi suka bu'de ido,
suka kwashe kayan fatake duka, suka je,
suka zuba a rijiya. Gari ya waye, fatake
suna kuka an yi masu sata. Sai makafi
45   suka rik'a cewa "Ina gorunammu? In ji dai ba a
'dauke da su ba?" Sai fatake suka ce
"Yau ga lalatattun banza! Kuna ganin an yi mana
sata, sai ku ce, wai ku

Notes

33   † *gari*. Another example of the shortened form of *ya*.
goruna, plural of *gora* [gɔ́orà].

34   *k'ok'una*, plural of *k'ok'o*: small calabash used as a begging
bowl.

38   *sannan*. Probably commoner than *sa'an nan*, from which the
shorter form has developed.

41   *makafi*. The storyteller does not waste words by calling
them "the pretended blind men." So long as they continue in that role,
he accords them the name. Arabic script lacks the resource of quota-
tion marks.

† *ido*. Another redundant *alif* with *'dauri*; cf. No. 25, note
to line 12.

44—45   The "blind men" pretended that their few things had been
taken too, to divert any suspicion from them. It is noteworthy that in
the tales blind men are often villainous thieves, something like Pew
of Treasure Island.

45   *in ji dai*: "I suppose."

47   *lalatattun banza*: strong abuse, "depraved ones of emptiness

تيک دُووَيو غَيْر، سِک بُيُم غَورْنَا سِک بُيُم
فوقْنَا دَسِنْدْنَا سِک كَام حَنْيَا، سَنَا
تَبْيَا سِيْ سِک جِيْ لُكِنْ دَاج سَعْغ قِتَالِيْ
سُن سَوُوک سِيْ سِک دُوْ سِک بُويِيْ.
بِس إِس وَرِنْ قِتَا كِنْبَا سِيْ دَ دَرِبْ
تِيْ سِنَنْ سِک إِسَا. سِک كُو رَبِيْ
إِذَا بِنْس سَعْ سِک بُيْ دَ قِتَا كِيْ سُوتَكَا
بِيِبِيْ، سِک دُووَمَانْنْ وَرِنْ قِتَا كِنْ ذَقِتَا

٣٥

٤٠

لِجِيْ سِكِيْ بِرِيم سِيْ مَعَاوِم سِک بُوطَلِيْ إِدُوا
سِک سَا نَبِيْ كَارِنْ قِتَا كِيْ دُکْ سَکِيْبِيْ
سِيْ دُبَا آرْيِمِيَا. نَمَرْ، يَوَا بَلِيْ قِتَا كِيْ
سَنَا كُوكَا أَنِيْ مَش سَاتَا سِيْ مَعَاوِم
سِک رِف بِلَوَا إِنَا غَورْنَسِمْ إِنِيم دَيْ بِعْ

٤٥

طُوكِيْ سِبَا؟ سِيْ قِتَا كِيْ سَکِيْبِيْ
يَوْ مَالَ لَا تَسِنْ بِنْذَا كُنَا نَمِيْنْ أَنِيْ مَنْ
سَاتَا سِيْ كِشِبَا قِيْ كُو

ba a gama da gorunanku ba? Kai! Ku tashi,
50 ku ba mu wuri!" Sai makafi suka tashi, suna lalu'ben
sanduna da goruna. Sai fatake suka tashi,
suna tafiya, suna kuka an yi masu sata.
Sai makafi suka bu'de ido, suka tafi bakin
rijiya, wurin da suka jefa kaya. 'Dan Kano ya ce
55 "'Dan Katsina, shiga!" Sai 'dan Katsina ya ce "A'a!
'Dan Kano, sai ka shiga." Sai 'dan Kano ya ce
"'Dan Katsina, kai dai, shiga!" Sai 'dan Katsina
ya shiga, ya 'dauro kaya, 'dan Kano na ja. In 'dan Kano
ya fito da kaya, sai ya tafi can nesa, ya aje.
60 Sai ya 'dauko dutse, ya kawo bakin rijiya, ya aje.
Sai 'dan Kano ya ce "'Dan Katsina, in kaya sun k'are,
in za ka 'dauro kanka, ka gaya mani, in ja ka sannu,
kada in ji ma ciwo da bangon rijiya." Sai ya ce "To."
Shina 'dauro kaya, shina ba shi, shina ja, shina kai-
65 wa can, shina 'boyewa, shina kawo dutse bakin

Notes

50   †*wuri.* A somewhat vestigial *ya*!
58   *na ja.* Pronoun omitted, colloquially.
59, 60   *aje = ajiye.*
62   *'dauro*: "tie on [to come up] here."
63   *in ji ma = in ji maka*: "cause you [to feel]." See Abr
under *ji* (4C).

بع نمماد ممورتنكبا ؟ كنى كتاش
كتبام وبرء . سى مكايم سك تاش نسالا تبين
تسنود نا د ممورنا . سى قتاكلى تك آ يش
سنا نقيا . سنا كوكا آنى مس سانا
سى مكايم سك بوبلى ادوا تك تب باكن
ربيبيا ورند سك جعب كاپا . طن كنو بٹى
طن كٹينة شع سى طركٹنة بٹى ماما
طن كلو سى كشع سى طن كنو بٹى
طر كٹنة كتى دى شغا سى طن كٹنة
يشع يطورو كاپا . طن كنو ناجا إٕ طر كنو
يا بلو دكاپا سى بتب تن بلسا ياجى
سى يطوكو دوطى يكاو باكن ربيبا ياجى
سى طن كنو بٹى طن كٹنة إٕكاپا سنغابرى
إٕ داك طورو كنك كعيامن لٕ جاك سنو
كد إنم ماپيو دبنغون ربيبا . سى بٹى نو
شنا طورو كاپا شنا باش شنا جا شناكى
وا تن شنا بوبلوا شنا كاوو دوطم باكن

rijiya, shina ajiyewa. Kaya suka k'are, sai 'dan
Katsina ya shiga cikin kilago, ya ce "'Dan Kano, ga wani
kaya nan mai nauyi, su hu'du ne ke da saura."
Sai 'dan Kano ya ce "To." Sai 'dan Kano ya jawo
70 'dan Katsina cikin kilago bai sani ba. Sai ya 'dau-
ko dutse, ya kai bakin rijiya, ya dinga zubawa.
Sai 'dan Katsina ya fito daga cikin kilago, sai
ya yi ta kwashe kaya daga nan, yana kaiwa wani wuri
yana 'boyewa. 'Dan Kano na can, yana cike rijiya.
75 Da ya k'are, sai ya nufo wurin kaya. Bai gan su ba,
sai ya ce "A'a! Ni, 'dan Kano na kashe 'dan Katsina
cikin rijiya. Ga shi, wani ya zo ya 'dauke kaya. Amma
wanda ya 'dauki kayan nan, in ya ji kukan jaki, ya
fito, ya kama jakin, don ya aza mashi kayan."
80   Sai 'dan Kano ya gewaya bayan geza, sai
ya yi kukan jaki. Sai 'dan Katsina ya fito, yana

Notes

67 *kilago*. Western dialects for *kilabo*: "ox hide."
76 *a'a* [á'á].
77 † *amma*. This would have been more neatly written with
the *k'arfi* (*shadda*) instead of with the consonant written twice.
78 *ya* [yaà] *fito*.
80 –82 This scene, as so many in the tales, would make an
amusing one on the stage, where the audience could see the two actor
but they couldn't see each other.
80 *geza*. Hausa always specifies the type of tree; see Intro-
duction, p. xv. If a culture values different trees for different uses, i
will tend to refer to them by specific names, where a more urban cul-
ture such as our own lumps them together under the generic, except
where it is being consciously poetic or rustic.

ريڬينا شنا أُ جيبوا، كايا ننك قاري سي طن
كطنة يسشغى تكن كلاڬو بى طن كنو غاون
كايا نن مى نوسى ، سو حطنى كبود سور
سى طن كنو بى او ، سى طن كنو باو
طن كطنة تكن كلاڬو بى سنبا سى بطو
كود وطلى يكى باكن ريڬينا يدنع ذبا قا
سى طن كطنة يعنو دن تكن كلاڬو سى
يى تكاببى كايا دغ نن ينا كتباون ورى
ينا بو بلوا. طن كنو نا تن ينا تكم ريڬينا.

⁷⁵ دينباربن سى ينبو ورن كايا بى غنسما
سى ببى غع نى طن كنو نا كببى طن كطنة
تكن ريڬينا نمايش ورن يادو يا طوكى كايا أمما
وقد يطوكى كايتن إيباج كوكن تباكى يا
بنو يكاما جاكن دن ياأذاميش كاين

⁸⁰ سى طن كنو يغشوبا باين بنذا سى
بي دكوكى جاكم سى طن كطنة يعنو ينا

cewa "Ahi! Ahi! Kur! Kur! Kur!" Sai ya ga 'dan Kano.
Sai 'dan Kano ya ce "Mugu, 'dan Katsina!" Sai 'dan
Katsina ya ce "Mugu, 'dan Kano!" Sai 'dan Kano ya ce
85   "To, mu tafi wurin kaya." Sai suka tafi wurin kaya,
sai suka 'dauka, suka kai gidan su 'dan Kano.
Sai 'dan Katsina ya ce ma 'dan Kano "Zan tafi, in je
in gano gida, in yi wata ukku, sa'an nan in komo."
Sai ya ce "To." Sai 'dan Katsina ya tafi. 'Dan Kano
90   na zamne har wata biyu. Sai ya sa aka yi masa
kushewa, aka kawo sakainu, aka huhhuda, aka zo,
aka rufe, aka kawo k'asa aka baibaya bisa sakainu.
'Dan Kano ko shina cikin rami. Sai 'dan Katsina
ya zo, ya tambayi 'dan Kano. Sai iyayensa
95   suka ce masa "Ya mutu, yau kwana hu'du da mutuwarsa."
Sai 'dan Katsina ya ce "Ashe?" Suka ce "I." Sai
ya ce "To, a kai ni wurin kushewar in gani." Sai ya ce

Notes

82   *Ahi! Ahi! Kur! Kur! Kur!* Meaningless calls of the
"good boy, come along" type, to attract the hidden donkey.
86   *gidan su 'dan Kano.* The *su* in this phrase ("and the others")
is closely linked semantically with *'dan Kano.* This is better reg-
istered in the *ajami* than in the Roman orthography.
88   *ukku.* Western dialects for *uku*; cf. *shidda/shida.*
90   The motif of the false grave occurs in at least one other
tale in *Tats*, III/27, and in a modern autobiographical account that
Johnston refers to in his endnote.
91   *sakainu,* plural of *sakaina.* The broken calabashes were to
allow spaces for holding air, to enable him to breathe. In *Tats* III/27,
the trickster, lying in the tomb, rattled them about to make his dupe
believe that he was struggling with the forces of the nether world.
     huhhuda: intensive of *huda.*
92   *baibaya*: usually of covering with grass, i.e., "thatching";
cf. the proverb *bak'in bunu 'bata baibaya.* Here the word is used with
the meaning given in Barg, "cover inferior material with a layer of
better."
94   *tambayi*: "asked after."
95   † *kwana.* The inconsistency of writing *rufu'a* before *alif*
after a labialized consonant has been mentioned before. The scribe
wished to indicate the labialization by the vowel when he had already
done so by the three dots.

بتلوا أج أج كبر كبر كبر ، ستى يغ ططن كنوا.
ستى ططن كنو يثى موغنو طن كططنة ستى ططن
كططنة يثى موغنو طن كنو ستى ططن كنو يثى
ڬو صلعب ڬورن كايا . ستى سك ݞ ورڬجايا
ستى سك طوك سك محى يدن ستطن كنوا
ستى طن كططنة يثى ما طن كنو ڬر ݞ إثى
إن غنو غدا إثى وتا مك سانن إنكوموا
ستى يثى ڬو . ستى طن كططنة يݞ . طن كنو
تا ذمنى حر وتا بيو ستى يسا أكى مس
كبسلوا أك كاوو تسكينو أك حكودا أكدوا
أك ݞروى أك كاوو فساأك بتيا بس تسكنو
طن كنو كو شنا لكن آرم ستى طن كططنة
يذو يتمبى طن كنو ستى إيا يسنس
سك ݞثى مس يا ما ݞ ݞوكاتا حك دملورس
ستى طن كططنة يثى أش ستكبتى إيم ستى
يثى ڬو أكين ورز كبسلورز إنغنم ستى يثى

"Allah sarki! 'Dan Kano, ashe rai ya yi halinsa!"
Sai shina kuka. Ya ce "To, ai ya kamata ka saro
100 k'aya, ka sa ga kushewa, don kada kura ta zo ta taune shi."
Sai masu gida suka ce "Gobe ma saro." Sai
ya ce "Ni, a kai ni masauki, da safe in koma gida."
Sai suka ce "To." Sai aka kai shi masauki, aka kawo
mashi tuwo da hura. Ya gaza sha, ya ce shi abokinsa
105 ya mutu.
        Sai dare ya yi, sai 'dan Katsina ya tashi, ya tafi
wurin kushewar 'dan Kano, yana tono, yana fa'din
"A'ah!" Sai 'dan Kano ya ce "Ihu! Kura za ta
cinye ni!" Sai 'dan Katsina ya ce "To, fito dai!" Sai
110 'dan Kano ya fito, suka je, suka raba dukiyarsu
da 'dan Kano da 'dan Katsina.

        Notes

        98   He sheds crocodile tears and makes conventional, moralizing
remarks of sympathy; *rai ya yi halinsa*; lit., "life has done its usual"
(its character), i.e., come to an end.
        100 † *don*. The *ajami* has *dan*, a spelling which is nearer to the
pronunciation in a sentence said at normal speed.
        101 *ma* [maà].
        104 *hura* = *fura* in the standard Roman orthography, of course,
despite the general rule that we write *h* before *u* and *o*, and *f* before
and *e*. M. Lawal preferred to write it *hura*, with *ha*, here; the pronun-
ciation in western Hausa would be nearer *h* than *f* in any case.
        gaza. Once again the storyteller does not add "he pretended"
but makes the narration more vivid by stating baldly that he was un-
able to drink his *fura*, with his friend so lately dead.
        108 *a'ah*: noise meant to be that made by a hyena as it digs.
        ihu: both a description of the noise of shouting (as for
help) and often, as here, the actual sound made when so shouting.

اللَّه سترڬم طرڠ كنو أش رن يﺎﯨ حلنس؟

ستى ﻟﻴﻨﺎ كوكا يبڠي تو أي يا كمات كحسارو

فيﺎلسا ﻧم كبشمور دڠ كد كورا تذ ﻭﺳﻤﻮﺑﻨﻴﺶ ١٠٠

ستى ماسر ﻏﺪا شكبڠي ﻧﻤﻮﺑﻠﻲ ما سارو، ستى

يبڠي نج أكين مسقم دساﯨي إن كوما ﻏﺪا

ستى شكبڠي تو ستى أي كننيش مسقم اﺣﻜﺎﻭ

ميش لُوﻭ د حرا يغذ شا يبڠي شم أبو ﻛﻨﺲ

يَا مَت ١٠٥

ستى د برى يي ستى طرططنة يتﺎﯨش يﻠﻊم

ورن كبشلور طرڠ كنوﻩ ﻳﻨﺎ لونو يﻨﺎ قطين

ﻋﺎ ﻋﺎﺡ ستى طرڠ كنو يبڠي إﯨﻮ كورا دا

ﻳﻨﺒﻴﻦ، ستى طرڠ كطنة يبڠي تو ﻭﻧﻮﻭ دى ستى

ﻟﻬﻦ كنو ﻳﻌﺜﻮ شكمى شك رﯨﺎ ذوكير من ١١٠

د طرﻩ كلو د طرﻩ كطنة.

29

A Young Wife
Teaches Her Husband
a Lesson

(II/75)

Here is one of a genre of longer tales involving romance and intrigue, usually carried on by the sons of chiefs—or, in the language of our own fairy tales, "princes." This tale has an obvious moral and is certainly not biased in favor of the man's point of view. The young husband's shortcomings are put succinctly in the opening lines; and, just as concisely, we are reminded at the end that he suffered for them. Considerable pleasure will also be felt by the average listener that it is the son of a chief on whom such undignified retribution is inflicted.

Labarin 'Dan Sarki da Mata tasa da 'Dan Sarki
Mai Mazare. 'Diyar attajiri aka gama ta da 'dan
sarki aure. Sai 'dan sarki ya bar ta, ya tafi
ya 'dauko matan banza, ya kwana da su.
5   In gari ya waye, sai ya zo ya ce mata
"Ba ni ruwa, lalatacciya, mun je mun kwana da
matan kirki, ba ke ba, lalatacciya." Sai ta kawo
ruwa, ta ba shi. Kullum haka. Ita kuwa, da can tana da
wani saurayi, 'dan sarkin wani gari. Sai ta a-
10   ika masa, ta ce idan zai zo, ya wo mazare.
In ya zo, ya sauka wajen abuyarta. Ya ce "To."
Sai ran nan 'dan sarkin nan na wani gari ya zo
nan garin, ya sauka, ya 'debe kayansa duka, ya taho
wajen gidan 'dan sarkin nan. Ita ko, da ta ji labari,

Notes

2   '*diyar.* Western dialects for '*yar.*

4   *matan banza,* or *karuwai*: "worthless women."

6   *mun kwana da,* etc. An example of the usage referred to
several times of including the (personal) object in the subject pronoun
when the verb is one requiring dual action, so that, in effect, the ob-
ject is stated twice. Thus here, *mun kwana da matar kirki* instead
of *na kwana da matar kirki.*

7   *matan = matar.* M. Lawal has written -*n* fairly regularly
for -*r.* (It might, of course, just possibly be plural.)

9   *saurayi*: perhaps, render "boy friend." For boy-girl rela-
tionships among the Hausa, and also those between members of the
same sex, see Sm, particularly under *bond-friendship* in the index.

10   *ya wo = ya yiwo*: "arrange and bring," i.e., he would have
to buy spun cotton from women who had spun it and then come along
with the full spindles (*mazare*) for sale to others who wished to buy
it for weaving.

لا بارن طن سركى د مما نا تس د طو سركى

منى مزا ارى. طير آنا جرى أك غما نا د طن

سركى آورل مى طن سركين تيترا بيق

بطوكو ما ان بنة يكان دستو.

5

ان عمر، يا وا ايلى منى يذوا بيا مت

جان روا لا لا تقيا من جى من كان د

ما ان كركى با كبا لا لا تقيا . منى ڭاوو

روا با ايش كلرن حد . إن كو دا ان ناد

قن سورى طن سركين قن عمر، منى سا

نيكا مس نبى إنت ذيذوا يوو مزارى.

10

إن يا دو يسوك و جن أبو يا نا. بيى ثو

منى رنن طن سركين نون عمر، يذوا

من عمرن يسوك يطبى كا ينس دك ينعوا

و جن عند وطن سركين. إن كو د نم لا بار،

15 sai ta 'dauki abinci, ta kai gidan k'awanta, ta ce
a yi mata taliya da wasawasa da gudun-kurna
da kuma alkuskus. In an yi duka, a kawo
nan wurin mai mazare. Mai mazare ya 'dau-
ko kayan mazarinsa, yana talla, yana cewa "Ku sayi
20 mazare, mata!" har ya zo gidan 'dan sarkin nan,
ya taras 'dan sarkin na karatu. Sai mai mazare
shi kuma ya rik'a karatu, har ya fi 'dan sarkin. Ko-
wacce sura ya 'dauka yana yi, sai mai mazare
ya yi ta yin karatun nan har ya wuce shi. Sai 'dan
25 sarkin ya sa aka yi kiransa, ya ce shi zo kusa
da shi. Sai ya zo, ya zauna, suka yi karatu. Sai 'dan
sarki ya ce "Mai mazare, bari a kawo maka karaga
nan kusa da tawa." Aka kawo masa karaga kusa
da 'dan sarki. Daga nan sai ga abincin nan da matan nan
30 ta sa aka kawo ma mai mazare. Suna zaune da
'dan sarki, sai 'dan sarki ya ce "Mai mazare, ashe

Notes

15—18   Once again presents of food sent play a part in intrigue;
those listed are luxury foods normally enjoyed by the wealthy.

15   *k'awanta = k'awarta*: i.e., the *abuya* referred to in line 11.
See Sm.

19   *ku sayi mazare, mata.* This hawker's cry would be another
short passage for the storyteller to sing.

21   *na karatu.* Pronoun omitted, colloquially.

karatu: the Koran, of course (which, even in Arabic, origi-
nally means "The Reading").

22   *kowacce.* More usually *kowace* in the standard orthography
when it is the adjective rather than the pronoun.

24   *ya yi ta yin*: "he was carrying on," i.e., he capped every
chapter that he began to quote from by carrying on with the quotation
when the other failed. The scene is that of a normal Koranic school
in western Africa, where the education consists of learning the Koran
by heart, the amount learned depending on the abilities of the pupil.

25   *kiransa.* But he could not have been very far off! Perhaps,
just "had him called over."

27   *karaga*: a mark of special favor, such being only used as
seats by those of chiefly status. The same favor is accorded by the
chief's son to the girl in the Hausa analogue of the Cinderella tale.
There Johnston translates *karaga* as "throne" (Jtn, p. 73).

29   *sai ga abincin nan*: "when along comes the food."

31   "So it seems you're no stranger to this town," i.e., or you
wouldn't be getting presents of food like this.

سَكِي لاَطُوكِ اَبِنِلَ تَدَي يَدَنْ قُوتَ اَنْجَي ۱۵

اَمِي مَتَ تَابِيَّا دَ وَسَاوَسَا . دَ نُمَدَنْ كُرْنَا

دَكُمَ اَنْكُسَكُسَ . اِنْ اَنَّى ذَكَ اَڠَاوُو

تَنْ قُرِنَ مَڠْ مَزَارِكِي . مَنْ مَزَارِكِي حَطُو

كُوَا كَايِنْ مَزَرُنْسَ يِنَا تَيْلَا يِنَا بَلُوكُتَسَى

مَزَارِكِي مَاتَا . حَرْ يِذُوعِدَ طُرْسَرِكِيَّنْ ۲۰

يَتَرَسَ طُرْسَرِكِينَ نَاكُرَاتَو . سَكِي مَڠُمَزَارِكِي

بَيَمَ لَكُمَ يَبَرِقَ كُرَاتَو حَرْيِبَ طَنْ سَرَكِيَّنْ بُكُو

وَبَنَى سُورَ يَطُوكَاينَايِى سَكِي مَنْ مَزَارِكِي

يَيِي نَبِينَ كُرَاتَنْفَ حَرْ يُو لَمَشَى سَنْطَنْ

سَرَكِنْ يَسَا اَدَكِى كِرَنُسَ ۲۵ يَنِي شَذُوكَسَ

دَيَنَ سَكِي يَذُوبِيذَ وَنَا شَكَبِ كُرَاتَو . سَتَطَنْ

سَرَكِي يَلَ مَتَى مَزَارِكِي بَجَرَ اَڠَاوُو مَكَ كُرَنَا

تَنْ كَسَدَ نَاوَا . اَلَ كَاوُو مَسَرَكَرَنَا كَسَ

دَطَنَ سَرَكِي دَغَ تَنْ سَكِي نَا اَبِنِيَتَنَ دَهَابَنْ

تَسَا اَمَكَ كَاوُو مَا مَتَى مَزَارِكِي سَنَا ذَوُبِلَى دَ ۳۰

طَنَ سَرَكِي سَكِي طَنْ سَرَكِي يَبَيَ مَتَى مَزَارِكِي اَبَتَلَى

kai ba bak'o ba ne nan garin!" Suka ci abinci suna
raha.
    Sai 'dan sarki ya tashi, ya 'dauko molo yana
35 ki'dawa. Sai mai mazare ya ce ma 'dan sarkin nan
"In ga molon naka." Sai 'dan sarki ya ba mai mazare
molo. Mai mazare ya fara ki'da molo, har ma
ya fi 'dan sarki iyawa. Sai 'dan sarki ya ta-
shi, yana rawa. Sai 'dan sarki ya yi ta rawa har
40 rana ta fa'di, suka aje molo, suka tashi.
Sai 'dan sarki ya sa aka kawo farkassa. Shi
kuwa mai mazare, sai matan 'dan sarki ta wo
lullu'bi, ta zo wurinsa, suka yi kwance, suna
ta fira. Farkan 'dan sarki ba ta iya zancen
45 duniya ba kaman ta mai mazare. Ta mai mazare
ta fi iyawa. Sai 'dan sarki ya yi hushi, ya ce
mata "Tashi, 'yar banza, lalatacciya! Tafi gidanku!"
Sai ta tashi, ta tafi gida. 'Dan sarki ya yi
kwanciyarshi shi ka'dai.

Notes

    33   *raha*: an unusual Arabic loanword; *ta'di* or *hira* would be
commoner.
    34   *molo*. No modern *'dan sarki* would demean himself by play-
ing a *molo*! He would be even less likely to dance, as he does further
on. This scene may merely indicate the antiquity of the tale or that it
is a translation or a borrowing.
    41   *farkassa* = *farkarsa*. The gemination is, of course, regular
Western dialects; the lengthening *alif* in the *ajami* to give *farkassā*
is, I suspect, mere carelessness by the scribe. Probably the nearest
to *farka* is "paramour," or the modern English "lover" or "mistress"
(according to sex).
    42   *ta wo* = *ta yiwo*.
    44   *fira* = *hira*: a word borrowed from Fulani which means,
basically, "to pass the evening," probably in chatting. In the case
of a boy and a girl, it will often be a euphemism for *tsarance*.
    46   *hushi* = *fushi* in the standard orthography, which here de-
parts from the general rule of *h* before *u* and *o*.

كمى جا جا فو بنج اَنْ غيرن سكيم آبنتـ مننا
رَحا.

سى طرڠ سروكى ييَناييش يطوكو مولو ييَنا
كطاوا . سى مى مزَارى يثى ماطرڠ سركينْ
إنڠ مولوزناك . سى طرڠ سركم ييَا مى مزَارى
مولو . مى مزَارى يبَار كط مولو حرما
يَا بِ طنْ سركى إيا وَا سى طرڠ سركى ييَا
يش يينَا رَوَا . سى طرڠ سركى يى نَرَوا حَرْ
رَانا يَبَا طِ سنك أُجنى مولو سنك نَاييش
سى طرڠ سركى ييسَا آككاوو كرمكسَا ييم
كو مى مزَارى سى مايننطرڠ سركى نووو
ننيم تَدُو ورنسن سكى كنبى سنا
مَا ميِرَ . جرڠكنْ طرڠ سركم بنَا إيا ڌنبِمنْ
دونِيَا جا كحمن نمى مزَارى . نمى مزَارى
يَا بِ إيا وَا سى طرڠ سركى يى حنيم يثى
مَتا نَاييش عرْبنذ نَا لَا نَسَيَا . لَبِ نمَدنك
سى نَتاييش نَتَب عِدَا . طرڠ سركى يى
كنيِـيرِيش ننم كطنى .

50   Nan ko mai mazare yana kwance da tasa,
sai labarin duniya su ke yi. Sai ta ce masa,
shi. "Mai mazare, in mijina ya ta da magananka,
ina cewa ya yi hauka. In ka zo, in ce ba wanda
ya iya magani sai kai. Kai kuwa, in ka zo,
55 ka ce a samu kwandunan barkono guda uku,
a yi gina, a kawo garwashin wuta, a zuba, a kawo
barkonon nan, a zuba shi cikin wutan nan. Ka ce
a tura kansa ciki, a yi masa bulala. Ka
ji ko?" Ya ce "Na ji." Sai asussuba ta yi, sai
60 mai mazare ya ce "'Dan sarki, za ni gida."
Sai 'dan sarki ya ce "To, mai mazare. Yaushi
za a komo?" Sai mai mazare ya ce "Kasuwa mai
zuwa ina komowa garin cin kasuwa." Sai 'dan
sarki ya kawo riga da wando, ya ba mai mazare,
65 ya ce "To, mu je, in yi maka rakiya." Sai ya ce masa
"To." Sai sunka tashi, sai 'dan sarki ya ce ma

Notes

52   *ta da magananka* = *ta da maganarka*: "mentions you."
56   *a yi gina*: "make a digging," i.e., a hole.
59   † *asussuba*. Here the *sodi* has been used rather than the
sin, as the word is a borrowing from Arabic in which *sodi* occurs (and
where it is, of course, pronounced).
61   *yaushi* = *yaushe*, the pronunciation of a final -*e* and a final
-*i* often being very close, with some speakers (and dialects) tending
to one rather than the other.
62   *za a.* Politer than *za ka.*
        kasuwa: i.e., next week, markets being held weekly on a
fixed day which varies from town to town.
63   *garin* [gàrín]: "with the intention of."
65   *rakiya*: another sign of exceptionally courteous treatment
from the son of a chief.

تن كو مَنْ مَرَارِى بَيْنَا كُنَبِى دَنَا مَسْ ٥٠

سَى كَ بَارِنْ دُونِيَا سَجَلِى سَى تَبِى مَسَ

مَنْ مَرَارِى إِنْ مِجِنَا بَنَا دَ مَغْنَتْك

إِنَا نَبْلُوا يَاى حَوْك إِنْ كَادُو إِنْ تَبِى بَاوَنْد

يَايَا مَا نَيْمْ سَى كَنْ ٠ مَنِى كُو إِنْ كَادُوا

كُبِى أُسَامُو كُنَدْ نَنْ بَرْكُونُو غَدَا يُمَكُ ٥٥

أَى غِينَا أَكَاوُو غَرْوَاشِنْ وَنَا أَدَبَا أَكَاوُ

بَرْكُوتَنْ أَدْ بَايِشْ نِكِنْ وَ نَنَرْ كُبِى

أَنُورْ كَنْفِسَ تِيكِمْ أَى مَسَ بُولَا لَا كَا

جَ كُو؟ نَبِى نَاجْ سَى أَصْصَبَ نَى سَى

مَنْ مَرَارِى نَبِى طَنْ سَتَرِكِى ذَانْ غَدَا ٠ ٦٠

سَى طَنْ سَتَرِكِى نَبِى نُو مَنْ مَرَارِى نَوَشِى

دَاعَ كُومُو سَى مَنْ مَرَارِى نَبِى كَا سُوا مَى

ذُوا إِنَا كُومُوا نَمَرِنْ نِنْ مِا سُوا مَى طَنْ

سَتَرِكِى يَكَاوْ رِيغَا دَ وَنْدُو يَبَا مَنْ مَرَارِى

نَبِى نُو مَبِى إِنِّى مَكَ رَكِيَا مَنْ نَبِى مَسَ ٦٥

نُو ٠ سَى نَمَكَ كَا يِشْ سَى طَنْ سَتَرِكِى نَبِى مَا

yarinyan da suka kwana da mai mazare "Zauna!
Zan yi ma mai mazare rakiya, in komo, in sa
a kai ki gida. Sai ta ce "To." Sai ta yi
70 kwance har ya yi wa mai mazare rakiya, ya komo.
Sai ya tafi wurin yarinya, bai sani matassa ce ba.
(Tun da aka kai ta gidansa ba ta san wani 'da
namiji ba.) Sai 'dan sarkin ya zo garin
kwana da ita. Shi ko 'dan sarkin yana da rago
75 wanda ya ke so. Sai yarinyan ta ce masa
"Sai ka je, ka sa a yanka ragon nan naka, ka
ko ba ni zoben nan na hannunka, sannan in
yarda da kai." Sai ya ce mata "Ga zoben!"
Sai ya kirawo yaran gidansa, ya ce "Ku je ku
80 yanka ragon nan." Aka je aka yanka rago. Sa'-
an nan yarinyar ta yarda da shi. 'Dan sarki ya tashi,
ya 'dauki goran ruwa, ya gewaya bayan 'daki. Ita ko
yarinya ta yi dudduk'e ta shiga 'dakinta. Sai

Notes

67   *suka.* See note to line 6.
72   *san*: "know," in the biblical sense, i.e., she had not slept
with any man.
77   *sannan* = *sa'an nan* (which occurs in line 80): here, "then
and not until then."
78   *yarda*: "accepted him," i.e., allowed him to sleep with her.
82   *gewaya.* Perhaps to perform ablutions and prayers.

يَا رَبَّنِينْ دِسكْ كَانْ دَمَّ مَزَارِى دُونَا

دَنْىِ مَا مَيْمَزَارِى رَكِيا . اِنْ كُومُوا اِنْسَا

اَكَنْ كِمْ غَدَا . سَىْ تَبِّى تُوَ سَى تَى

كَنْبِى حَرْ يَي وَا مَى مَزَارِى رَكِيا يَكُومُوا ٧٠

سَى يَتَبْخُورْنْ يَا رَنْيَا بَبَسَمْ مَا تَسَبْنَا

تَنْ دَ اَكَ كَنَى نَمِدَ نُسْ بَتَّ سَرْوَرْطَا

نَمِنَا . سَىْ طَنْ سَرْكِنْ يَذُو غَيرْنْ

كَا نَا دَ اِنَّا يَتُم لَحُوطَنْ سَرْكِنْ يَنَا دَ رَاعُوا

وَنُوَ يَكَى سُوَا . سَىْ يَا رَنْينْ تَبِى مَسَ ٧٥

سَى كَمِى كَتَا اَيتْكَ رَاعُوتَنْ نَاكَ كَ

كُو تَبَانْ دُو يِتَّنْ نَحَنُنَكَ سَنَنْ اِنْ

يَرَدَ دَكَى . سَىْ يَتَى مَتَّ غَا دُو يِنْ

سَى يَكَرَاوُ يَارْنْ غِدَ نُسْ يَتَى كَمِى كَ

يَنكَ رَاعُوُ تَمَنْ اَلْحَمِى اَكَتَنَكَ رَاعُمُو . سَا ٨٠

اَنَّنْ يَا رَنْينْ نَيَرَدَ دَنَمْ . طَنْ سَرْكِمْ بَتَاتِى

يَطَوَى مُورْنْ زَوَا يَجْلُوَ بَاِنْ طَالِمْ اِتَّكُو

يَا رَنْيَا تَى دَدُ بَى تَشَعَى طَا كَتَّا سَى

'dan sarki ya zo, ya ce "Ke, shegiya! Lalatacciya!
85   Mun kwana da matan kirki. 'Debo man ruwa, in yi
salla." Sai ta ce "To," ta 'debo masa. Hannun
nan nata, wanda ta sanya zobe, sai ta mik'o
masa ruwa da shi. Sai ya yi farat, ya kama hannunta,
sai ya ce mata "Wa ya ba ki zoben nan?" Ta ce
90   "Af! Wa ya ba ni kuwa?" Sai ya tuna ita ce ta kwana
wajen mai mazare. Daga nan wajen sai
ya yi tsaye, yana tafa hannu, yana cewa "Ku bar ni
da mai mazare! Wayyo ni, mai mazare!" Sai
yarinya ta ce "Kai! Ku zo, ku kama shi, ku 'daure.
95   Ya yi hauka." Sai aka je, aka gaya ma sarki.
Sai sarki ya sa aka zo, aka 'daure shi. Aka ce
"To, ina za a samu magani?" Sai ta ce "Na san
wani mai maganin hauka, sai in aika ya zo."
Aka ce "To, aika maza!" Sai ta aika mai mazare
100 ya zo. Aka ce "'Dan sarki ya haukace, kai ne ko mai

Notes

84   *ke, shegiya*, etc. Now addressing his wife, not realizing
she was the girl he had just slept with.
        shegiya (masc. *shege*): "bastard"—as rude as in most
English uses of the word.
85   *man* = *mani*.
86   *salla*. He wanted the water, of course, to perform his
ablutions (*alwala*). In the *ajami*, once again *sodi* (rather than *sin*)
has been written, as it is in the Arabic from which the word derives.
90   *Af! Wa ya ba ni kuwa*: "Mm—now let me see—who *did*
give it to me?"—pretending that she couldn't at the moment call it
to mind!
91   *daga nan wajen*: "there and then."
92   *ku bar ni da*: equivalent to "just let me get my hands on."
93   *wayyo ni*: exclamation expressive of great sorrow and
grief, similar to the archaic "well-a-day" and "alas and alack," "woe
is me," etc.

طن سَرکی یَذُو یِتِی کَبی بِشلِغِبا لَالَاتِبْیا
من کَانا دَماتَق مِرَکی.طلبُومَن رُوَا إنِي
صَلاً سَی بَتِی تُو تَطلبُو مَس . حَسَنْ
نَنْ نَاتَ وَنَد تَسَنیا ذُوبِی سَی تَمِیفُو
مَسَ رُوَا دَشِمَ سَی یَی بَرَتْ یِکَام صَنِّمَ
سَی یِبْرَامَتَ وَا یَبِاکَ ذُوبِسَتِنْ؟ بَتِی
أَفْ وَا یَبِیَان کُوَا سَی یَبِنَا إِتِبَا بَکَانا
وَجِسْ مَتی مَزَارِبَ .دِغ نَنْ وَجِسْ سَی
یَبی طَبِی یِنَا نَابَ حَفُّو یِنَا بَلوَا الْجَبَرِن
د مَبَمَزَارِبَ . وَ بِّو نِبمِنْ مَزَارِبَ .سَی
یَبِا رِ نِبَا تَبَتِی کَہی کَذُوا کَکَا مَاشِ لَطُورِبَ
یَبِی حَوکَ سَی أَکَبِبِی أَک غَبِاما سَرَکی.
سَی سَرَکِم یَس أَکَذُو أَک طُورِشَ أَکَبَتِی
تُو إِنَا ذَاع سَام مَانِعِنْ؟ سَی بَتِی بَا سَنْ
وَن مَتی مَا نِمِنِنْ حَوکَا سَی إِنَا یِلَا یَدُوَا
أَکَبَتِی تُو أَبِکَا مَذَا . سَی نَأَبِک مَتِی مَزَارِبَ
یَذُ مَا أَکَبَتِی طَن سَرکَنِنْ یَا مَوکَبَتِی کَمِبَی الْحُومَی

maganin hauka." Sai ya ce "I, ina da magani
kuwa." Sai ya ce "A samu kwandunan barkono
guda uku, a kuma gina rami." Aka kawo itace,
aka hura wuta, har ta yi garwashi. Aka kawo
105 kwandunan barkonon nan, aka zuba a wuta. Sai
ya ce "A samo bulala guda biyu."
     Aka kawo, aka 'dauki 'dan sarki, aka sa kanshi cikin
rami mai hayak'in barkono, aka yi ta zuba masa
bulala, yana cewa "Ku bar ni da mai mazare! Wayyo
110 mai mazare!" 'Dan sarki ya gaji da hayak'in bar-
kono da bulala, sai ya ce "Kai! In dai don mai
mazare a ke yi mani azaba, na yi shiru." Bai
k'ara cewa "Mai mazare" ba. Aka kawo ku'di zambar
saba'in, aka ba shi. Sai ya tafi gida.
115 Ita ko yarinya ta samu mijinta. Bai k'ara kirawo
matan banza ba. Sai ran nan an zo, an yi masa
fadanci, an tashi. Sai wani amininsa suna
zamne, wai 'dan sarki ya tashi ba shi labarin

Notes

     105 † *barkonon nan.* Another place where the *k'arfi* (*shadda*)
would have been neater than having written the consonant twice.
     107 † *aka kawo.* Omitted by M. Lawal.
          Exceptionally undignified treatment for a chief's son, and
the main climax of the tale: justice is being meted out.
     108 *zuba.* Note the figurative use of this word. In the *ajami*,
apparently for no reason, the scribe has used *zaira* instead of *zal* her
     111 † *don.* Written as *dan*, which is a better phonetic represen-
tation of the closed syllable.
     112 *na* [naà].
     113 *zambar*: used for *dubu* in multiples; cf. the use of *zangu*
for '*dari.* These are Songhai words and presumably date from the day
when many Hausa-speaking people were subjects of the Songhai empi
     117 *fadanci*: the normal business of gathering at the home of a
chief or of one of chiefly status to do him honor by one's presence.
As a pejorative, the word can mean "sycophancy."
     118 *wai*: "he [the friend] said."
          tashi: as often, in its meaning of "set about" (doing some-
thing).

مَانِئِينْ حَوْكَا؟ تَسَ يَيْتِى إِى إِنَا دَمَانَنَمْ
كُوَا.سَى يَيْتِى أَسَامُو كُنْدُوٌ بَرْكُونُو
غُدَ اعَكَ أَكَمْ غِنَى رَامِ. أَكَ كَاوُو إِنَا لَّى
أَكَ حُورَ وَّتَا حَرْ لَى غَرْوَايِثْ. أَكَ كَاوُو

105

كُنُدْ نْ بَرْكُونَنْ نَنْ أَكَ ذَبَا أَوْتَا سَىْ
يَيْتِى أَسَاهُوْ بُولَا لَا غُدَا بِيُو. أَكَ كَاوُوْ .
أَكَطُوكِ طِنْ سَرِكِ أَكَسَا كِنْشِ تِكِنْ
رَامِ مَىْ حَيَا فِنْ بَرْكُونُوْ أَكِى تَرْبَا مَسَ
بُولَا كَهِ يَنَا نِنُوَا كُبَرِنَ دَمَىْ مَزَارِكِ وَيُّو
مَىْ مَزَارِكِ. طِنْ سَرِكِ يَغَعِجِ دَ حَيَا فِنْ بَرْ

110

كُونُو دَ بُولَا لَا سَى يَيْتِى كَنِى إِنْ دَىْ دِنْ ٥٩
مَزَارِكِ بِنِى أَكِى يِ مِنَ أَدَابَ نَا ي يِشِرِبِى
فَارِثَبُو مَىْ مَزَارِ لِمَبَا. أَكَ كَاوُوْ كُطِمَ دَمْبَرْ
سَبِعِنْ أَكَبَايِثْ سَى يَنَّعِ غُدَ ا

115

إِنَكُوْ يَا رِنْيَا نَسَامِ مِينَ بِنَى فَا رِكُرَاوُوْ
مَانَنِ بِنْذَابَا. سَى رَنَنْ أَنَذُوَا أَنِى مَسَ
بَا ذَقِيهِ أَنْ نَا يِثْ سَى وَنْ أَمِينِينْسِ سِنَا
دَمْبِى وَنْ طِنْ سَرِكِى يِنَايِثْ بَاشِ لَا بَارِنْ

yadda suka yi da mai mazare. Sai ya ce "Ah!
120 Wani yaro ya yi mani abin da raina ya 'baci. Kai
ka'dai zan gaya ma." Sai ya ce "Wane yaro ke nan?"
Sai ya ce "Wani ne wai shi 'mai mazare.'" Sai
shi wannan da su ke zaune da shi ya shek'a da gudu, ya ce
"Ai, haukan 'dan sarki ya dawo." Uban ya ji, ya ce
125 "A je, a kamo shi, a 'daure, a samo kwandon
barkono da bulala." 'Dan sarki na zaune, sai
ya ga an zo, an kama shi, ga kwandunan barkono
da bulala! Sai ya ce "Af! Kai ko—wannan da mata
ke barin zare gare shi, ba na sake fa'dinsa,
130 balle wani mutum." Ya ce "Don Allah, don Annabi, ku bar ni!"
Shi ke nan, sai aka bar shi. To, yarinyan nan
ta rama abin da ya ke mata. K'urungus kan kusu.

Notes

119   *ah = af* in standard orthography.
120   *'baci.* As usual, the scribe has failed to mark the glottalized *b*.
121   *ya ce*, etc.: i.e., the friend asked "Which young fellow?"
122   He repeats the words which are considered indicative of his madness. But this time he learns his lesson properly!
123   † *da shi.* Added afterwards by the scribe.
128   *kai ko*: an exclamation.
       wannan, etc. He has learned his lesson and so uses a periphrasis for *mazare*, the word that had resulted in his suffering.
129   *ke barin.* Pronoun omitted, colloquially.
130   *mutum*: i.e., the *mai* of *mai mazare*.
       † *annabi.* The *lam* of the Arabic article *al* survives in writing, but is pronounced neither in Arabic nor in Hausa.
132   Sc. *yi* after *ke*.

يّةَ سُكِي دَ مَنْ مَزَارِكْ سَنْ يَتْنْ أَحْ
وَنُمْ يَارُوا يَاىْ مَنْ آبِنْدْ رَيْنَا يَبَاتْ . لَحَّنْ
كَطَنْ دَنْ غَيَامَا سَنْ يَتْنْ وَيْنْ يَارُوا لَجَنَنْ
سَنْ يَتْنْ وَنْ بَنْى وَنِشْ مَنْى مَزَارِكْ . سَنْ
يَتْنْ وَنَنْ دَ نَبِكْى دَوْنَى يَبْشَلْقَا دَغْدْ يَتْنْ
آمْى حَوْكَنْ طَنْ سَرْكَمْ يَا دَاوُوا . نَمْبَنْ سَمْيَتْنْ

١٢٠

١٢٥

أَجَى أَكَامُوشَ أَطَوْرَىْ أَسَامُو كَنْدْ نَنْ
بَرْكُو نُو دَ بُولَالَ . طَنْ سَرْكَمْ نَا ذَوْنَى سَنْ
يَغْ أَنْدُو أَنكَا هَاشْ غَا كَنْدَنَنْ بَرْكُونُو
دَ بُو لَالَ سَنْ يَتْنْ أَبْكَىْ كُو وَبْنْ دَمَا تَا
كَمْبَرَنْ زَدَرْ غَمْبَرْ نِشْ بَانَا سَاكْبَى قِطِنْسَ

١٣٠

بَلَى وَنُمْ مَنْنْ بَيْنَى دَنْ اللَّه دَنْ النَّبِى كَبَرْمْ
نُمْ كَبُنَنْ سَنْ أَكْ بَرْنِشْ . نُو يَارْ نِيَنَنْ
نَا رَامْ أَبِنْدَ يَكْبَى مَتَ . فُرُنْفَسْ كَنْ كُوسْ

30

The Happiest Lot

(III/167)

A number of tales carry some sort of moral about women: don't trust
the advice of a woman; don't marry a woman from a village not known
to you; keep your women in their place. A few of the tales tell the
opposite story: you should trust your wife; see, e.g., Jtn, No. 83. This
tale, one of the longer tales in *Tats*, stresses the supreme importance
of having a good wife. In the course of it we have good vignettes of
the life of three Hausa classes: chiefs, wealthy men, and malams
(*sarakuna, attajirai,* and *malamai*). We also see something of the
relationship between a malam and his former students, whatever their
class. It is still true today that the former teacher of a chief or one
who has gained great power is always treated with respect and affec-
tion by his former student.

From the political point of view, perhaps the most interesting scene
is at the end of this tale where the hero, using a judicious mixture of
threats and bribery (in which he is ably assisted by the culinary ability
of his wife), takes steps to ensure that the power vacuum caused by
the death of the chief is filled by his winning the office.

Yara guda hu'du iyayensu suka sa su
makaranta. Malaminsu ya tafi da su yawo
cikin duniya. Suka da'de har suka yi
wayon makaranta.
5   Wata rana suna ta'di, malaminsu
ya zo, ya fake su, ba su sani ba. 'Dayansu
yana cewa "Yau dai, in ubana yana duniya,
ya zama talaka." 'Dayan kuma ya ce "Ni kuma, in
ubana yana duniya, ya zama attajiri." 'Dayan
10 kuma ya ce "In ubana yana duniya, ya zama gurgu."
'Dayan kuma ya ce "In ubana yana duniya, ya
zama makaho." Suka daina maganansu, ba
wanda ya tambayi junansu dalili.

Notes

1   It is normal, and generally the favored practice, for malams
to take their students some distance from their homes for the period
of their studies. The boys would usually return home during the rainy
season.

4   *wayon makaranta*: indicates that they were far advanced
in their studies.

7   *duniya.* Note one way to render "he is alive" in Hausa.
Often it is simply *yana nan.*

8   †*kuma.* The second syllable of *kuma* has been marked short
and if *kuma* is said closely followed by the glottal stop that begins
in, the second syllable is usually short. M. Lawal has often been
careless and inconsistent, but it would be unwise to presume that he
has always been so, especially in the marking of vowel length. But
see line 10 and throughout, where he has continued to mark the syl-
lable short.

12   *maganansu*: for *maganarsu*, as so often.

يَارَ غُدَا حَطَ إِيَا يَنْمَس سُكَ سَاسْ
مَكَرَنْتَ . مَالَيْنُسَ يَتْعَ دَسَ يَاوُ
نِكَنْ دُونِيَا . سَكَ دَطِى حَرَسُكِي
وَاسُونْ مَكَرَنْتَ .
وَتَرَانَا سِنَا تَاطِ مَالَيْنُسَ
يَذُو يَبَكُسَ بَسْ سَنِيبَا بَطِينُسَ
يَنَا تَلُوا يَوَدَى إِنْ عُبَانَا يَنَا دُونِيَا
يَاذَمْ تَلَكَ .طِينَ كُمَ يَنِى نِكُمَرَإِنْ
عُبَانَا يَنَا دُونِيَا يَاذَمْ أَتَا جِرى طِينَ
كُمَ يَنِى إِنْ عُبَانَا يَنَا دُونِيَا يَاذَمْ غُرْغُ
طِينَ كُمَ يَنِى إِنْ عُبَانَا يَنَا دُونِيَا يَا
ذَمَ مَكَافُو . سُكَ دَيْنَا مَغَنَنُسَ بَا
وَنْدَ يَنَمْبَى جُو نَنَسَ دَلِيلَ .

Malam ya gaji da tsayawa, ya tafi abinsa.
15 Da gari ya waye ya kirawo su, ya ce masu
"Jiya na same ku kuna ta'di. Ban ji jawa-
bin ta'dinku ba. Kai, da ka ce ubanka,
in shina duniya, ya zama talaka, ina dalili?
Ya ce masa "Halin ubana: kome zai
20 saya, shi kan sayi tsoho ne." Ya ce "Kai fa,
da ka ce in mahaifinka shina duniya
ya zama attajiri, ina dalili?" Ya ce "Halin
mahaifina: kome zai saya, shi kan
sayi sabo ne." Ya ce "Kai fa, da ka ce
25 in mahaifinka yana duniya ya zama gurgu,
ina dalili?" Ya ce "Halin mahaifina:
kowace shekara sai ya sari sabuwar

Notes

15 *gari ya waye*. This clause is as common in the tales as
the one about "rosy-fingered dawn" is in Homer.
16 † *jiya*. Second syllable has been marked long, instead of
short as in Abr.
  jawabin. Strictly, *jawabi* is "reply" (and, in modern Hausa,
"public speech"), but here there is nothing to reply to. In fact, how-
ever, there were unsaid riddles behind the four statements. Perhaps,
therefore, "conclusion" or "explanation" (usually *bayani*).
20 *tsoho ne*: in fact, used or second-hand.
21 *mahaifinka*: the polite way of speaking to someone about
his father. *Ubanka* is never, never used!
23 † *mahaifina*. A quite redundant example of the *ha kuri*, an
Arabic vestige that crept in by accident.
  shi kan. One of the fairly rare uses in *Tats* of the *kan*
pronoun forms.

مَالَمْ يَغَجْ دَظْياوُا بَنَبِ أَبِنْسِ

15

دَ غَرِى يَوَا يِى يَكِرَ وُو سِ يَبِى مَسِ

جِيَا نَا سَامِلَكْ كَنَا نَاطِ بَنْجَ جَوْ

بِن نَا طِنْكُبَا . كَنْ دَكِبِى نُمَبِنْكَ

إِن نِيْنَا دُونِيَا يَا دَمْ تَلَكْ إِنَا دِلِيلِ؟

يَبِى مَس حَلِنْ عَبَانَا كُوبِى ذَئُ 20

سِيَا يِشكَرْ سَئْ طُطُوبِى . يَبِى كِيْبِ

دَكِبِى إِن مَحَيْبِغِنْكَ نِيْنَا دُونِيَا

يَا دَمْ أَ نَاجِرِى إِنَا دِلِيلِ؟ يَبِى حَلِنْ

مَحَيْبِغِينَةْ كُوبِى ذَ يُسِيَا يِشكَرْ

سَئْ سَابُونِى . يَبِى كِيْبِ دَكِبِى

إِن مَحَيْبِغِنْكَ يَنَا دُونِيَا يَا دَمْ غَرْعُ 25

إِنَا دِلِيلِ؟ يَبِى حَلِنْ مَحَيْبِغِينَةْ

كُووْبِى يِشكَرَا سَئْ يَا سَارِ سَابُوَ ئِ

gona. Na san abin ba zai haifi
lafiya ba." Ya ce "Kai fa, da ka ce in
30 mahaifinka yana duniya ya zama makaho,
ina dalili?" Ya ce "Halin mahaifina:
gonar mahaifina yana gabas da gari
da nisa. Idan ya fita da safe, kafin
ya kai gonar, hantsi duka ya k'are
35 a goshinsa. In ya tashi zai komo
gida, la'asariya duka sai ta k'are
a goshinsa." Ya ce masu "Amfanin
karatu hankali. Kun yi hankali kuwa.
Kowa ya zo ya fa'di abin da ya ke so
40 duka, in rok'am masa wurin Allah."
'Dayansu ya ce "Rok'am mani arzikin mace."
Ya rok'am masa. 'Dayan kuma ya ce "Rok'am mani

Notes

28 † *gona* See note on *mahaifina*, line 23.
    haifi: very common in its metaphorical use of "result in."
32 The grammatical subject of the sentence is suddenly change
as so often. One may render this anacoluthon in translation quite
neatly with the help of a dash.
34 *hantsi duka ya k'are a goshinsa*: a vivid description, as
those who have faced a tropical sun from 9 a.m. to midday can bear
witness.
36 *la'asariya*. More commonly, *la'asar*, as in line 113.
37—40 Their malam now tells them that they have attained wis-
dom, which is the end of study, and asks each to say what he would
like.
40 *rok'am masa*. The Roman orthography is, for once, closer
to the pronunciation.
41 *arzikin mace*: "good fortune in the matter of a wife."

غُونَهْ تَا سَنْ أَبِنَّنْ بَاذَىْ حَيْفْ

تَلِ بِيَابَا. يَبَّى كِيَّفَ دَكْتِيَى إِنْ

مَتِيْبِنَّكَ يَنَا دُونِيَا يَا دَمَ مَكَّا حُورْ 30

إِنَا دَيْلِيَمْ؟ يَبَّى حَلِنْ مَتِيْبِنَّهْ

بُونَرَّ مَتِيْبِينَهْ تَنَا نَمْبَسْ دَنِيرْ

دَنِيسَا إِدَّنْ يَبَّتَ دَسَابِى كَابِنْ

يَكَّى بُونَرَّ حَنَّطَ دَكَ يَا فَابَىْ

أَغُو شِنْسَ إِنْ يَا تَائِنْ دَىْ كُومُوا 35

غِدَ لَعَصَرِيَا دَكَ سَىْ تَا فَابَىْ

أَغُو شِنْسَ. يَبَّى مَسَ أَمْبَايِنْ

كَمَاتُّو حَنْكُلِمْ. كُنْى حَنْكُلِمْ كُوَا

كُووَا ابِدُّو يَبَطِ آبِنَدَ يَبْبَسُوَا

دَكَ إِنْ رُو فَنْمَسَ وَبِرْ أَللَّهْ 40

طِينْ سَ يَبَّى رُو فَمَّيَمْ أَزْزِكِنْ مَّبِى

بِرُو فَنْمَسَ. طِينْ كُمَ يَبَّى رُو فَنْمَيْنَ

sani." Ya rok'am masa. 'Dayan ya ce
"Rok'am mani dukiya." Ya rok'am masa.
45 'Dayan ya ce "Rok'am mani sarauta."
Ya rok'am masa. Ya sallame su su koma
gidajen iyayensu. Bayan wannan
Allah ya kar'bi adu'ar malaminsu, kowa
ya sami abin da ya ke so. Malaminsu
50 ya ce "Bari in je in ga almajiraina."
Ya zo wajajensu, ya shiga tambaya
"Ina almajirina Wane?" Aka ce "Wo!
Ya zama malami." Suka yi masa kwatancin
wurin da shi ke. Ya je, ya same shi
55 shina cikin gidansa, malamai da yawa
suna 'dauko sani a wurinsa. Ya tsaya a k'ofar

Notes

48   *adu'ar* = *addu'ar*. Probably a slip by M. Lawal.

51   *wajajensu*, plural of *waje*.

52   *Wane*. As usual in the tales, no name is given; instead, he
says *Wane* [waane]: "so and so" or "such and such."

      wo: an exclamation, perhaps here equivalent to the English
"oh!"

55   † *yawa*. M. Lawal has been inconsistent over the length of
the second syllable of this word. Here he has made it long.

سِنِمْ • يَرُوفَنْ مَسْ • طَمِينْ يَيْبَى

رُوفَنْ مَينْ دُوكِيا • يَرُوفَنْمَسْ

طَمِينْ يَيْبَى رُوفَنْ مَينْ سَرُوْمَ ⟨45⟩

يَرُوفَنْمَسْ • يَسَتَمُسْ سُكُرُوْمَا

غِذَا جِلَنْ إِيَا يَسْنُسْ • بَا يَرُوعَ نْنْ

اَللَّه يَكْرَبْ أُدْعَرْ مَاتَمِنْسُ كُوْوَا

يَسَامِ أَبْنْدَ يَكَبَى سُوَا • مَاتَمِنْسُ

يَيْبَى بَرِى إِنْجَى إِنْغَ أَلْمَا جِرَيْنَا ⟨50⟩

يَدُوْ وَجَا جِسْنُسْ يَسْغَ ثَمِيبَا

رِيْنَا أَلْمَا جِرِيْنَا وَابِّى أَكِبْثَى وُو

يَا ذَمَ مَالِيم • سُكَى مَسَرْ كَتَّيْنْ

وَرِنْ دَشِبَى • يَجَى يَسَا مَلِيشْ

يَسْنَا يُكِينْ غِمَدَنْسْ مَالَمَى دَيْوَا ⟨55⟩

سُنَاطُوكُو سَمِنْ أُوَرْنْسَ يَطِيَا أَفُوقِرْ

gida, ya ce "Salamu alaikum." Suka ce
"Alaikumu assalamu." Ya shigo. Almajirinsa
ya gan shi, ya tashi a kan buzu, ya zo
60 ya rungume shi, yana murna. Makaranta
duka suka watse, suka bar shi da malaminsa.
Suna batun sani har rana ta yi nisa.
Aka kawo 'dan tuwo k'ank'ane cikin
gidan almajirinsa, suka ci. Shi bai
65 k'oshi ba, almajirinsa bai k'oshi ba.
Suka koma kan ta'di, suna yi har dare
ya yi. Suka sa fitila, har gari ya waye.
Suka yi ban kwana, ya tafi.
          Yana tambaya ina almajirinsa Wane?
70 Aka ce "Wo! Ya zama attajiri yau." Aka

Notes

58   † *assalamu*. Another case of the *lam* of the Arabic article *al* being written, where, in fact, it is not pronounced either in Arabic or in Hausa.

59   *a kan buzu*: "from his sheepskin." See No. 24, note to line 11 on *agalami*.

60   *rungume*. Nowadays this would be an unusual mark of affection between Hausas.

62   *batun sani*: "discussing matters pertaining to learning."

63   *'dan tuwo*: the frugal meal appropriate to a scholar.

غِدَ • بِيٰى سَلَام عَلَيْكُمْ سُكْبُى

عَلَيْكُمُ السَّلَامْ • يَشِغُو اَلْمَا جِرِنْس

يِغْنِيِش بِيَاشِ أَكِنْ بُوذُو يَذُوا

بِرْ نَغْمِيِش بِيَا مِرْنَا • مَكِرِتْسَا ⟨60⟩

مِكِ نْتِكِ وَاطِى سْكِبِرِيْش دَ مَالِمِنْس

سِنَا بِنْ؟ سِيَمْ حَرْرَانَا بِّى نِيسَا

آرِكِ كَاوُو طِنْ تُوُو قُتْفِنِم يِلِنْ

غِيدِرْق اَلْمَا جِرِنْس نْتِكِم لِش بِتْى

قُوشِبَا اَلْمَا جِرِنْس بِتْى قُوشِبَا • ⟨65⟩

نْتِكِ كُومَا كِنْ تَاطِ سِنِى حَرْ دِبِرُ

نْتِكِسَا بِلِّا حَرْ غِيرُ بِوَابِى

يِيِّ نْتِكِى بِنْ كُانَا يَتِبِ •

بِنَا تَوِيبِيَا إِنَا اَلْمَا جِرِ مِنَا وَإِلِى؟

أَكِبِى وَوا بِا ذَمِ اَلتَّا جِرِى بِوُ • أَكِ ⟨70⟩

yi masa kwatanci. Ya je wurinsa,
ya yi sallama, aka yi masa magana, aka ce
ya tafi duba 'yan shanunsa. Ma-
lami ya zamna. Almajiri ya duba 'yan
75 shanunsa, ya je ya taro iyayen sha-
nu suna komowa gida. Ya komo,
ya shiga aikin tatsa. Har lissha ba su
gana da malaminsa ba. Sa'in da ya gama
shagalinsa ya shiga gida, aka ce masa
80 "Bak'o ya zo tun da rana." Ya ce "Ina
shi ke?" Aka kirawo malaminsa, ya zo.
Ya gan shi, ya tashi, ya rungume shi, ya ce
masa "Maraba, malam." Yana murna, aka ka-
wo shagalin duniya, abinci mai yawa.
85 Malam ya ci har ya k'oshi. Gari ya waye,

Notes

72 † *magana.* The lengthened last syllable is not normal.

73 † *ya tafi.* The scribe omitted to write the *alif* in its proper
place, so added it above. He at first had misread it as "he told him
to go" instead of as "he told him he had gone," thus highlighting one
of the major weaknesses of the standard orthography.

  duba: away outside the town probably, in their corral.

  † *'yan.* M. Lawal has acknowledged the glottal by the
consonant, but has indicated the palatal articulation by writing the
vowel as *e* instead of as *a.*

75 *taro*: "met."

78 *sa'in da* = *sa'an da,* which is now more usual.

79 *shagalinsa*: this meaning of "business, work" is the orig-
inal Arabic meaning of *shagali.* Nowadays the word is more frequently
found to mean, as in line 84, "pleasant and luxurious living," "pre-
occupation with the delights of this world."

84 *shagalin.* See last note.

٢ا مَسْ كُتَنِ "يَجِى وِرْنَسَ
يَى سَلَّمَا أُكِى مَسْ مَغْنَا أُكْبَى
يَلْقِبْ يَدُوبْ بمنْ شَا نُنْسَ مَا
لَيمْ تَذَمْنَا. أَلَّمَا جِرى يَدُوبْ بمنْ

75

شَا نُنْسَ يَجِى "يَنَّارُوا إِيَا يِسْنَ شَا
نُو سِنَّا كُو مُوِوا غِدَا يَكُو مُوا
يَشِعُ أَيْكَنْ شَالَط حَرْلِيْشَا، بَسْ
غَانَا دَمَا لِيَمَنْسَبا. سَامِنْ دَيَنْعَمَ
شَغَلِنْسَ يَشِعُ غِدَ أَكْبَى مَسْ

80

بَا قُوْ يَادُو نُنْدَ زَانَا. يَبْثَى إِنَّا
شِبْكِى أَمْكِى كِرَاوُو مَالِمِنْسَ يَذُوا
يَغَنْشْ يَتَاشْ يَرْنْغُمُشِيْ يَبْثَى
مَسْ مَرَابْ مَالِمْ بَنَا مَرْقَا أُكَا
وُو شَغَلِنْ دُونْيَا أَبْنَ مَىْ يَوَا
مَالِم بَيْثَ حَرْ تَفَوْشْ.غَيرَ يَوَا بِى،

85

malam ya ce masa "Zan tafi." Ya kawo
dukiya da yawa, ya sallami malaminsa.
Ya tafi, yana tambaya "Ina almajirina
Wane?" Aka ce "Wo! Sarki ne." Aka yi
90   masa kwatanci, ya je ya yi wata
guda, bai gana da sarki ba. Sai
wata rana sarki ya fito masallacin
jumma'a domin ya yi salla. Ya riga-
yi sarki fitan masallaci, ya tsaya a k'ofa.
95   Sarki ya kawo kai, sai ya gan shi.
Sarki ya tsaya, ya ce "Wannan malamina
ne!" Suka kama hannu da sarki,
sarki yana murna. Suka tafi cikin gida.
Fadawa suka watse, suka yi ta'di
100 da sarki. Ya gaya ma sarki, ya ce masa

Notes

90   *wata guda.* A long time to wait for an interview, but, as a
poor man, he couldn't afford to spend lavishly on the chief's various
henchmen to buy himself audience.

92   *fito:* of a chief, usually refers to his issuing forth from his
residence or the inner part of it; so here, "he came out [to go to]
mosque."

masallacin. In the *ajami*, once again we have *sodi* rather
than *sin*, a survival from the Arabic *ṣallah:* "prayer," which is in-
corporated into the Hausa "house of prayer" and which occurs in its
Hausa reflex in line 93.

93   *ya rigayi:* the malam, of course.

95   *kawo kai:* "appeared, came on the scene."

97   *suka.* A nice example of the use of the plural pronoun where
two are involved in an action, one of whom is to be mentioned again
after *da*, and where a singular pronoun would seem more logical. This
idiom has been mentioned several times already.

مَالِمْ ٻِٻْ مَسَ ذَنْ ٮَٮْ. ٻَكَاوُ

وُ كِٻَا دَ ٻِرَوَ ٻَسَلِّمْ مَالِمْنْسَ

ٮَٮِّبْ ٻٮَا ٮَمِّٮٻَا إِنَا أَنْمَا جِرِٻنَا

وَابِى أَكْبِجُ ا سَرْكِى ٻِلى أَكِى

مَسَ كُٮُٮِٮِى ٻَجٔ ٻَى ٻَى وَٮَ ٩٠

عُمَدَا بَى ٮَٮْ غَانَا دَ سَرْكِٻَّا. ٮَٮَى

وَٮَ رَانَا سَرْكِى ٻِٮِٮُّو ا مَصَلَّاٮِں

جُمَّعَا دُ وِ مِنْ ٻَى صَلَّا. ٻِرِعَا

ى سَرْكِى ٮٮَں مَصَلَّاٮِٮَمْ ٻَطِٻَا أَفُوٮْ ٩٥

سَرْكِى ٻِٮَّاوُ ا كٮْ سَٮْ ٻَعُٮِٮِش

سَرْكِى ٻَطِٻَا ٻِٮَّى وَ ٮَّٮْ مَالِٻِٮَا

ٮَٮى. سَک كِمَامْ حَسٮِّ دَ سَرْكِى

سَرْكِى ٻِٮَا مَرٮَا سَک ٮَٮْ ٮَكِنْ عِٮَدَا

قَادِرُ وا سَک وَإِٮطِى سُٮْكِى ٮَاطِم

دَ سَرْكِى ٻِعِٮَّامَا سَرْكِى ٻَٮِٮَّى مَسَ ١٠٠

"In Allah ya waye gari lafiya, zan tafi."
Sarki ya yi masa dubun alheri,
suka yi sallama da sarki, aka kai shi
masauki, ya kwana. Gari ya waye, ya ta-
105 shi, yana tafiya. Yana tambaya "Ina
almajirina Wane?" Aka ce "Wo!
K'asanmu nan duka ya fi kowa mace.
Ko sarkin duniya bai sami kamarta
ba." Suka yi masa kwatanci, ya je, ya yi
110 sallama, aka ce ba shi nan, ya tafi.
Matan ta yi abinci mai da'di, duk
ta gama, mijin bai komo ba, har
la'asar. Ya komo ya sami malaminsa,
ya rungume shi, yana murna. Ya ce cikin
115 gida "A kawo shimfi'da!" Sai aka kawo

Notes

102   *alheri*: in the Arabic, tended to the abstract, "goodness,"
but in Hausa usually connotes fairly concrete manifestations of gen-
erosity. The word comes from the Arabic *al kheir*, hence, in the *ajami*,
the vestigial dot above the *ha* which does not represent any variation
of sound in Hausa.

107   *k'asanmu* = *k'asarmu*, but, in fact, M. Lawal would say [mm]
rather than [nm], of course.

111   *duk ta gama*: "she had it quite ready."

113   *la'asar*. See note to line 36.

114   *ya ce cikin gida*: must be elliptical for *ya duba cikin gida,
ya ce*, but is unusual Hausa.

إِنْ آللَّهْ يَا وَاِيٌ نَمِر كَلْ مِيَا ذَنْتَبِ.

سَرَكِي يَبِي مَس دُبِنْ أَلْخَيْرِي

شَكِي تَسَلَّما دَسَرَكِي أَكَ كِيْتِشْ

مَسْعُكِمْ يَكَانَا . نَمِرى يَوَاِيٌ يَنَا

شْ يَنَا تِجِيا . يَنَا تَمْبِيا إِنَا ١٠٥

أَنَّمَاجِرِيْنَا وَابِي ؟ أَكَحِبْى وَور

فَسَنَمْ نَنْ دكٌ يَاب كُووَا مَبْى

كُوسَرَكِنْ دُونِيا بَيْ سَامِ كُمَرْتَ

بَا . شَكِي مَس شَنْنُنِشْ يَعِبِي يَى

سَلَّما . أَلْحِبْى بَاشِ نَنْ يَا بِتَ . ١١٠

مَا اَنْ ثَى أَبِنْتِ مَيْ دَاطِ دُكَ

تَعَمِ مِجِنْ بَيْ كُو مُوبَا حَر

لَعَصَر يَعُومُ يَسَامِ مَالِهِمْنَس

أَرْ نَغْمِنْشْ يَنَا مَرْنَا . يَبْى يَكِنْ

عِيدَ أَكَاوُو يَشْمَهِطْ كَنْى أَكَكَاوُو ١١٥

shimfi'da da abinci gaba 'daya. Malam
ya ce masa "Ka sami labarina,
ina zuwa?" Ya ce "Ban samu ba."
Ya ce "Abincin nan an yi masa kaman
120　da niyya." Ya ce "Haka matan ta ke."
Malaminsa ya ce "Allah ya yi mata
albarka!" Malami ya ci, ya k'oshi, ya kwanta.
Gari ya waye, suka yi sallama,
malaminsa ya tafi. Ana nan, fadawan
125　sarki suka ce da sarki "Don ka yi
karatu da Wane da Wane da Wane
suka raina ka. Tun da ka yi sarauta
ba su zo ba. K'asarsu ne?!" Sarki
ya sa aka je aka kirawo mai sani.

　　　　Notes

　　116　*gaba 'daya*: "at the same time." She was such a good
wife that, when he called for mats for himself and his guest to sit on,
she not only brought the mats but also the food which she had had the
foresight to prepare.
　　119　*an yi masa.* Perhaps this would more likely be *da aka yi
masa* in modern Hausa.
　　120　*da niyya*: i.e., as if specially prepared for a guest; lit.,
"with intent."
　　　　matan = matar. But M. Lawal uses the feminine pronoun
to refer to "wife," of course.
　　124　*ana nan*: "time passed." Failure to make regular "greeting"
visits to the presence of a great man is frowned on and, in addition,
is likely, as here, to give the other courtiers the chance to pour poison
into the chief's ear. The Hausa refer to the type of activity indulged
in here by the other courtiers as *tsegumi.*
　　128　*k'asarsu ne?* "Are they rulers of this country?"—a rhetori-
cal question meant to stir the chief's jealousy, as it did.

شمبيط د أبنت غبا طيا . مالم
يتي مس كا سامر لد . بارينا
إنا دوا؟ يتي بن سامو با .
يتي أربثن نن أني مس كمن
د نيتا . يتي حك ماتن تكر .
مالمنس يتي ألله يي مت
أبرك . مالم يبر يافويش يكنت .
غيرم يوابي سكي سلما .
مالمنس يمب . أنا تن قادأون
سرم سكبتي دسركي دون كاى
كرائو دوابي دوابي
سك رينالك . تن دكي تسروت
بس دوبا ، فسرسبتي؟ تسرم
يتا أكجى أك كراوؤ مي سنن

120

125

130 Ya zo. Ya ce "Donme ka raina ni?"
Ya ce "Ban raina ka ba." Ya ce "Na
na'da ka alk'alin gari." Ya sa
aka kira attajiri, ya zo. Ya ce
"Donme ka raina ni?" Ya ce "Ban raina
135 ka ba." Ya ce "Tun da na yi sarauta,
ka zo?" Ya ce "Ban zo ba." Aka ci shi
zambar dubu. Sarki ya sa aka je
aka kirawo mai mace. Ya tashi
zuwa. Matanshi ta ce "Sai mu tafi
140 tare." Ya ce mata "Zauna!" Ta ce "Don
menene?" Ta ce "Ban yarda ba miji-
na ya tafi wurin marikita." Ya ce "Gaskiyar-
ki. Zo, mu tafi!" Suka zo wurin sarki.

Notes

130   *ya ce*: i.e., the chief. Often one of the difficulties in
Hausa narrative is to spot to whom the pronoun refers.
131   *na na'da.* Pronoun omitted, colloquially.
136   *aka ci shi [tara] zambar dubu*: "he was fined a million"
(cowries).
138   *ya tashi zuwa*: "he got up to go."
141   *î menene.* The *ya* is redundant, but the scribe has quite
often written it after the *guda k'asa.*
142   *marikita*: "corrupt, unreliable people."

یَدُوا یَیْتِی دَنْ مِی کَرِیْنَایْم؟ ‏¹³⁰
یَیْتِی بَنْ رَیْنَا کَبَا یَیْتِی نَا
نَطَاکَ أَنْفَاضْ غَرِنْ، یَسَا
آکَ کِرَا أَتَّا جِری یَدُوا یَیْتِی
دَنْ مِی کَرِیْنَانْ؟ یَیْتِی بَنْ رَیْنَا
کَبَا، یَیْتِی نُنْ دَ نِی سَرُوْمَ ‏¹³⁵
کَادُوا؟ یَیْتِی بَنْدُوبَا، أَکْیَمْ ثِش
دَمْبَرْ دُبْ، سَرْکِی یَسَا أَکْجِی
آکَ کِرَا وُوا مَنْ مَبْی بَتَا ثِش
دُوا مَا تَسْ ثَبْی سَنْ مَتَبِ
تَابِی، یَیْتِی، مَت دُوْنَا، ثَبْی دَنْ ‏¹⁴⁰
مِینِبِی، ثَبْی بَنِرْ دَبْ جِم
یَتَبِ وُرِنْ مَرِکَا، یَیْتِی غَسْکِیرْ
کِم، دُوا مَتَبِ، سَکَدُوا وُرِ سَرْکِم

        Aka gaya wa sarki Wane ya zo
145 da matarsa, babu kamarta k'asan nan
     duka. Sarki ya yi kwa'dayi.
     Sarki ya ce "Ai, na yi karatu da shi."
     Sarki ya sabke shi a cikin gidanshi.
     Sarki ya nemi maharba, ya kawo su.
150 Ya 'boye su cikin gida. Shi mai
     matan nan shina da go'diya, tana 'damre
     a k'ofan 'dakinsa. Dare ya raba
     tsaka, sarki ya sa aka saki doki
     'daya a cikin gidansa. Ya gaya ma
155 maharba, ya ce masu "In doki ya tafi
     wurin go'diyan nan, in mai ita ya fito,
     ku harbe shi." Maharba suka ce "To."

          Notes

          146   *kwa'dayi*: "covetousness, desire, greed."
          148   *sabke shi* = *sauke shi*: "gave him lodging."
          152   *k'ofan* = *k'ofar*.

أَكَ غْيَاوَا سَرْكِمْ وَابْى يَادُوا
وَمَا تَرْسَ بَابْ كَمَرْتَ قَسِنَّنْ ١٤٥
دُكْ . سَرْكِى يَبِى كَطِى .
سَرْكِمْ يَبْى أَىْ نَاىٍ كَرَاتَ دَلِمْ
سَرْكِمْ يَسْبْكِمْلِشْ أَتِكِنْ غَدَنْشْ
سَرْكِمْ يَبْيِمْ مَحَرْبَ يَكَاوُوسْ
يَبُوبِى سْ تِكِنْ غِدَا . تُمْ مَىْ ١٥٠
مَا تِنَّنْ تِشْنَادَ غْوَطِيَا تَاطَمْبِرَى
أَفُووَنْ طَالِكنْسَ . دَ بَكَ يَرْبَا
طَكَ سَرْكِمْ يَسَ أَكَ سَكِمْ دُوكِمْ
طِيَا أَتِكِنْ نَمْدَنْسَ .يَغْيَامْ
مَحَرْبَ يَبْى مَشَ إِنْ دُوكِمْ يَبَع ١٥٥
وِرِنْ غْمُوطِيِنَّنْ إِنْ مَىْ اِتَ يَابِتُو
كَحَرْبَلِشْ . مَحَرْبَ تَسَكِبْى تُوا

Sarki ya shiga, ya sau doki.
Doki ya tasam ma go'diya. Mai mace
160   ya ji, ya zabura. Matassa ta rungume shi,
ta ce masa "Ina za ka?" Ya ce mata
"Doki ya zo wurin go'diyan nan." Ta ce
masa "Menene miji zai yi ma mace?
Kwanta abinka!" Ya kwanta. Doki ya hau
165   go'diya, ya sauka, suna cin
ciyawa wuri 'daya, ba mai fa'da. Aka
jima, sarki ya ji shiru. Sarki
ya sa tsammani an kashe shi. Sarki
ya fito, ya je wurin go'diya.
170   Maharba suka gan shi, suka ce mai
go'diya ne, suka harbe shi, ya mutu.

Notes

158   *sau* = *saki.*

160   *rungume.* A favorite word with the storyteller!

163   *menene,* etc.: another rhetorical question, "What do you expect a male to do to a female?"—implying, "What is there to get excited about?"

166   *ba mai fa' da*: "there was no aggressive one," i.e., quite peacefully.

167   *ji shiru*: "heard silence," a common and vivid phrase.

168   *sa tsammani* = *yi tsammani.*

سَرَكِى يَتْشَغ يَسُوْ دُوكِى
دُوكِى يِنَا سَمَّ غُوطِيَا. مِى مَبِّى
يَجِ يَذَا بَرَا. مَا تَسَّ تَرْتَغْمُش
تَبِى مَسَ إِنَا ذَا كَا؟ يِتِى مَتَّ ١٦٠
دُوكَمَ يَاذُوَ وُرِنْ غُوطَنْ تَبِّى
مَسَ مَلَنَمِم زَنِى مَا مَبِّى
كَنَّا أَبَنْكَ يَكَنَّا. دُوكِى حُوْ
غُوطِيَا يَسَوْكَ. سَنَا تَنْ ١٦٥
تِيَاوَا وَرِى طِيَا بَامَى غَط.أَ.كَ
جَمَ سَرَكَمَ يَجِ شَرُو سَرَكَمَ
يَسَا طَمَانَمَ أَنْكَبُسُش سَرَكَمَ
يَعِتُو يَجِى وُرِنْ غُوطِيَا.
مَحَرَّبَ سَكَ غَمَنُش سَكَبِّى مَى ١٧٠
غُوطِيَا نِى سَكَ حَرْبُسُش يَمَنَّ

Suka ce "Mun gama aikin sarki."
Sun fita abinsu, suka tafi.
Gari ya waye, sarki na cikin
175   'daki, matacce. Aka kawo la-
bari, ga takarda, yak'i na zuwa. Fadawa
suka ha'du k'ofar fada. Sarki bai
fito ba. Abokinsa, mai matan nan
ya fito, suka ce masa "Sarki bai
180   fito ba. Ga labarin yak'i ya zo." Ya shiga
wurin sarki, ya fito de kayan sarki
a jikinsa, ya ce masu "Sarki ya ce
ni ne shugabanku. Ba shi jin da'di.
Mu je, mu tare yak'i!" Suka je, suka
185   tare yak'i, suka kori yak'i. Kafin

Notes

176   *yak'i*: more often "army" than "war" in *Tats*, but one con-
notation develops easily from the other.

177   *suku ha'du*, etc.: the normal thing to do in any crisis.

181   *kayan*: here, as often, "clothes." He has assumed the out-
ward trappings of *sarauta.*

183   *ba shi jin da'di*: the usual way of describing a temporary
indisposition.

185   *kori*: "drive away," or, often, simply "rout, defeat."

سكبٽى مِنْ غَمْ أَيْكِنْ سَرْكى
سُنْ وِٽ أَبْنس سَك تَب .
غمير يَسْوا پى سَرْكم نَا ٽِكِنْ
طَايم مَنَتٽى . أَيْك كَاوو كَلا
بارِو غَمْٽلْردا يَاڡِم ٽاذوا . ڡادا وا
سَك حَظ ڡوڡِرْ ڡادَ . سَرْكى ٻى
ٻِٽوبا . أَبُو كُنْس مَى مَاٽِنَّنْ
يَبِٽوا سَكبٽى ا مَس سَرْكى بى
ٻِٽوبا غَاٽَلا بَارِنْ يَاف يَاذولا يَسْٽغَ
وُدِرنْ سَرْكم يَبِٽو دَكَاينْ سَرْكى
أَجْكِنْس يَمبٽى مَس سَرْكم يَابى
نِينى ٻوغمْبُنْك بَاش جِنْ داطِى
مَجى مَبَرُى يَاف نْكبٽى نَك
ٽَبرُى يَاف نَك كُود يَاڡِم . كَاڡِنْ

su komo, matan nan ta mai go'diya
ta gama kayan duniya, abinci, sai
ta fitar a k'ofar fada. Suka komo
k'ofar fada. Mai go'diya ya sauka, ya shiga
190 cikin gida. Ya fita, ya raba abinci, suka
ci, suna fa'di "Tun da mu ke garin nan, ba mu
ta'ba cin abinci mai da'di kaman
wannan ba." Suka ce "Sarki bai sami
sauki ba?" Ya ce masu "Zai fito
195 da azuhur." Suka watse, ya shiga, ya tara
matan sarki. Ya zo, ya nuna masu mutuwan
sarki, ya ce masu "Ni ne, abokina
ya mutu, amma ku, mijinku bai
mutu ba." Ya cika masu dukiya. Ya 'debo wata
200 dukiya, ya fitar a waje. Fadawa suka zo, ya ce

Notes

187   *kayan duniya, abinci*: "all sorts of food." It would be mor
usual to have *kayan duniya na abinci.*
192   † *ta'ba.* As usual, no marking of the glottalized *b.*
193   † *wannan.* It looks as though the scribe had written *wannar*
(which is phonetically correct before *b-*) and altered it to *wannan.*
195   *azuhur.* The *zadi* is another vestigial reminder of the fact
that this, a time of prayer, is a borrowing from the Arabic.
197   *ni ne.* A trifle redundant, but his offer to take them on as
his womenfolk, having lost his friend, is neatly and graphically put.

سكومووا ماتيرن ايمڽ غووطيا
تا غمر كاين دونيا أبنة سڽ
ببيترا فووجر جاد . سك كومووا
فووجر جاد . مڽ غووطيا يسوكا يتيغ

يكين غدا يبة يرب أبنة سك ⟨190⟩
يم سنا وط تن د مبكي غرتن بم
ب تن أبنة مى دا طى لحمن
وننب . ستكبى سركى بيسا حر
سوفم با ؟ ييى مس ذى وللو

د أ ظهر . سك وانطى يتيغ يتار ⟨195⟩
ماتن سركى يذوا ينور مس منون
سركى يييا مس نينى أبوكينا
يمة أما كو مجنك بى
مانبا . يتيكا مس دوكيا . يطلسوراون

دوكيا ببيترا أوجى . جادا وا سكذووايتى ⟨200⟩

"In raba maku kyauta." Ya cika masu
dukiya, kowa ya sami abin da bai ta'ba
samu ba. Sun soma cewa "Allah
ya bar abokin sarkin nan. Yana da kyau.
205 Sarki bai ta'ba kyauta kamar haka ba
sai da ya zo." Gari ya waye, ya sa
aka kira Bamba'dawa, suka zo. Ya yi
masu kyauta, har ya shiga zuciyarsu.
Ya ce "Ku ka'da mani taken sarki."
210 Suka ka'da. Gari du ya motsa. Mutane
suka ce "Sarki ya warke." Fada ta cika
fal. Sai aka fid da shimfi'dar sarki,
ya fito, ya zamna. Suka gani ba sarki
ba ne. Suka yi gaisuwa. Ya ce "Talakawa
215 su tashi." Suka tashi, suka bar shi

Notes

201   *kyauta*. The connection between goodness and generosity
contained in this word is comparable to that discussed in the note to
line 102.

203   *Allah ya bar*, etc.: i.e., let God not take him away if he is
going to be as generous as this.

205   Sc. *yin* after *ta'ba*.
      "We never got presents like this from the chief before this
man came on the scene."

206   *ya zo*: i.e., the hero.

207   *Bamba'dawa*: a special clan of Fulani praise-singers
(*marok'a*) who serve important chiefs.

209   *taken*. See Abr, under [táakée].

210   *du* = *duk*. This is not uncommon; cf. also *dud da haka*.

212   *shimfi'dar*: the couch or mat on which the chief was ac-
customed to sit, yet another of the symbols that his power had
descended to another.

إِنْ رَبَا مَكْ كَثُوتَ . يَئِكَا مَسْ
دُوكِيَا . كُووَا يِسَائِم أَيِنْدَ بَنِيْ تَبْ
سَامَوِيِا . سِنْ سُومَ بُتُلُسوَا اَللَّه
يِبتِرَأَبُوكِنْ سَرُكِنَّنْ . يِنَا دَكُنْ .
سَرُكِي بَيْ تَبْ كُوتَا ۔ كَمَرْ حَكْبَا   ٢٠٥
سَىْ دَ يَذُووا . غَيرى يَوَايِى يِسَا
أَكَ يَيرِا بَنْبَطَاوَا . سَعْذُوا يِيى
مَس كَثُوتَ حَرْ يَشِعْ دُوْنِيَرْسْ
يِيْبى كُكُظَامِن تَا كِبنْ سَرُكِي
سَكَ كَظَا . غَيْرى دُو يَمُوطْ مَتَابِى   ٢١٠
سُكَبْنُى سَرُكِي يَا وَرِكِى . بَا دَ اَيِّكَ
قِلْ . سَى أَكَ مِدَّ شُمْعِطَرُ سَرُكِي
يَقِنُلُوا يَوْمُنَا . سَكَ غَنَمَ بَا سَرُكِي
بَنِى نُسَكُوى نَيْسُوى يِيْبى تَلَكَاوَا
سَتَايِشْ سَكَ تَايِشْ سَكَ بَرْيِشْ   ٢١٥

da hakimai. Ya ce masu "Kai, Wane,
menene girmanka?" Ya ce "Kaza." Ya ce
"Na k'ara maka kamansa biyu." Dukansu
haka aka yi masu. Ya ce masu "Sarkinku
220 ya kashe kansa." Suka ce masa "Ina
dalili?" Ya ce masu "Ya yi kwa'dayin
matata. Ya 'boye maharba, ya sau
doki wurin go'diyata. In na fita,
su harbe ni. Na ji hargowan doki,
225 na zaburo. Matata ta kama ni, ta ce
'Me namiji zai yi da mace? Zamna!'
Doki ya hau go'diya, ya sauka. Suna
kiwo wuri 'daya, babu fa'da. Sarki
ya ji shiru, ya fito. Maharba suka
230 harbe shi, suna tsammani ni ne. Abin da

Notes

216   *hakimai*: "fief holders" in Edgar's time; nowadays this
word is usually rendered "district heads."

217   *girmanka*. It would be interesting to know just how he
measured his greatness! The new chief doubled his power, not trebled
it as a strict reading of the Hausa might suggest.

224   *hargowan* = *hargowar*.

دَ حَاكِمَ يِتْي مَسْ كِتْي وَابِنْي

مُنْبِنْي غِيْرْ مْنْكْ؟ يِتْي كُوَا يِتْي

تَا قَارَا مَكَ كُمْنْسَ بِيُو ا. دُكُنْسَ

مَتْكَ أُكِنْي مَسْ يِتْي مَسْ سَرْكُنْكْ

يَا كِثِيُ كُنْسَ . شِكِبْتِي مَسِ انَا 220

دَلِيلْمَ يِتْي مَسْ يَايِ كُحَطِينْ

مَانَا تَ جَا بُوِيُلِي مَحَرْبْ يَا سَوْ

دُوكِي قُرِنْ غُنُ طِيَا تَا إِنْ نَا جِتَ

سَحَرْ بِيْنْ. تَاجْ حَرْ غُنُوَنْ دُوكِي

نَا دَا بُرُوا. مَا تَا تَا تَا كَاكَا مَا يِمْ تَا بْتِي 225

مَنْ مُنْتِمِي دِيْنِي دَمِبْي؟. نَذْمَنَا.

دُوكِي يَعْوْ غُوطِيَا يَسَوْكَ، سَنَا

كِيِوُو وَرِي طِيَا بَابْ بَطَ. سَرْكِمْ

يَجِمْ بِيْرُوا يِعِثُوا. مَحَرْ بَا بَتْكَ

حَرْ بِيْسْ سَنَا طُسَمَا يَمْ يِيْنِي نَبِيْنَلْ. أَبِنْدَ 230

za ni gaya maku: ku ne manya-manyan
garin nan. Kuna so ni ne sarkinku?
In ba kwa so, ni ne sarkinku. Kaman
abin da na ba ku, kamansa na ba dakaru.
235 In kun yi gardama, za ni in 'dauki daka-
ru bisa kanku. In kun yi lumana da ni,
ya fi kaman zamanku na da." Kowa ya ta-
shi, ya mik'a hannu. Gari du ya bi shi.
Mafari ke nan, in mutum ya fi ka
240 uwa, ka yi k'ok'ari ka fi shi mace.
Tatsuniya ta k'are.

Notes

232   *garin.* Though *gari* is nowadays usually rendered "town,"
it had once a much wider connotation of "inhabited area." So here
the meaning may well be wider than the confines of a single town wall
Translate the phrase, perhaps, "you are the chief men of this society."
      kuna so. The storyteller really omits an *in* here; *in kuna so*
"if you like it, I'm your chief; if you don't like it, I'm [still] your chie
233   *kwa* [kwaà].
234   *abin da na* [naà].
235   *'dauki*, etc.: "use the soldiers against you."
236   *in kun yi lumana*: "if you make your peace."
240   "Has a better mother than you."

دَان ڬَمْبِيرَامَكْ كُوبْى مَنِيمْتْيْن
غِيرِنْ . ڬتَاسُوانِيْبْى سَرڬِنْڠْ
إِنْ بَا كَاسُونِيْبْى سَرڬِنْڠْ بَحْمَنْ
أُبْنَد نَبَاكْ كَحْمُڤَس نَابَا دَالْكَارُو
إِنْ كُنِّى غْنْرَدْ مَا دَنْم إِنْ طُوكُم دَالْحَا ٢٣٥
رُو يْسْ كَحْنْڠْ . إِنْ كُنِّى نُمَانَا دَنْم
يَاب كَمَنْ زَمْنْڠْ نْدَا . كُووَا يَتَا
يِشْ نَمِيڤَا حَسْ . غَمْر دُو يَبِيْش
مَهَارِى كُبْنَنْ إِنْ مُنَّنْ يَامِيك
عَوْوَا لْحَنّى ڤُو فِيرْ ، كَجِيْش مَثّى ٢٤٠
نَاططْنِيا تَا فَارِى .

31

Solomon and the Owl

(III/xxiii)

Here is a tale that is classified among the *labarai*; that is to say it is
a legend which is considered more or less true, rather than a mere tale
for entertainment. It is, of course, Muslim in origin, but the setting
is an African one, with the thatched hut and the long catalogue of
African birds. The moral, not to take the advice of a woman, may be
said to be diametrically opposed to that of the last story. There is
also the etiological motif of explaining why the birds mob an owl if
they come upon it during the day. A south African variant makes the
birds ask the owl why he let go the Grass Warbler (whom he was sup-
posed to be guarding while its conduct was under investigation).

Labarin Annabi Suleimanu da Mujiya.
Zamanin Annabi Suleimanu, wanda Allah ya ba
mulkin iska da aljanu da tsuntsaye
da dabbobi, ran nan da dare yana
5 'dakinsa kwance, sai mujiya
ta zo ta sauka bisa kan 'dakin.
Mujiya ta rik'a 'dibin ciyawan 'dakin
da baki. Sai matan Annabi Suleimanu
ta ce "Mai gida, ka ga dai kan 'dakin
10 nan, wani abu yana motsi bisa kansa.
Saboda haka idan Allah ya kai mu safiya lafiya,
ka yi kiran tsuntsaye duk su zo.
Ka yanka su, ka yi man 'daki da gasunsu."

Notes

1   *annabi*. Another example of the *-l-* of the Arabic definite
article that is not pronounced, even in Arabic. Most Old Testament
characters have the title of "prophet" in the Koran.

      † *Suleimanu*. Written here as *Sulaimana*, though more usual
Sulaimanu.

3   *iska* (s. for pl.): "spirits."

      aljanu = *aljannu*, plural of *aljani*.

4   † *dabbobi*. M. Lawal here has written two *ba*'s instead of
the usual single *ba* with the *k'arfi* (*shadda*).

9   *mai gida*: normal mode of address used by a wife to a
husband, and difficult to translate. If not felt to be too archaic, "hus-
band" is perhaps best.

      ka ga dai kan 'dakin nan, etc.: "look—there's something
up on the roof that's moving."

11   † *lafiya*. A common way of writing *lam alif*.

13   *man* = *mani* = *mini*. The second vowel is frequently dropped
in speaking.

      gasunsu. *gasu*, plural of *gashi*. *Gasusuwa* is now the com-
moner plural, but, in fact, it would now be normal to use a singular in
this context.

كَوْبَارِنْ اَنَّبِي سُلَيْمَانَ دَمُوجِيَا .
دَامِينْ اَلنَّبِي سُلَيْمَانَ وَندَ اَللَّهَ يَبَا
مَلَكِنْ اِسْكَا دَاَنْجَفَنْ دَ طَنْطَا بِي
دَ دَبُيُوبِي ، رَنَّنْ دَ دَرَى يَنَا
طَاكِنْسْ كُنَثِي سَى مُوجِيَا   5
اَوْدُوا تَسَوْكَا يِسْ كُنْ طَاكِنْ .
مُوجِيَا نَرَفَ طِينْ نِيَا وَنْ طَاكِنْ
دَ بَاكِ . سَى مَا نَنْ اَلنَّبِي سُلَيْمَانَ
نَبِي مَىْ عَبْدَا كَا غَمَدَنْ كَنْ طَاكِنْ   10
نَنْ وَنْ اَبَ يَنَا مَوْظِم يِسْ كَنَسْ .
سَبُودَ حَكَ لِاِذْنْ اَللَّهَ يَا كَيُم سَا بِيَا كَابِيَا
كَمِي كَرَنْ طَنْطَابِي ذُكَ سَدُوا ،
كَيِنْكَاسْ كَيَمَنْ طَاكِي دَنَا سَفَسْ .

Shi ko sai ya ce "A'a! Ina za ni
15 da alhakin wa'dannan rayuka?" Ta ce "Kai
dai ka yi mani 'daki da su." Ya ce "To.
Allah ya kai mu lafiya." Ta ce "Amin."
Mujiya ko, can da ta ji matan Annabi
Suleimanu tana yi masa magana, sai
20 ta saurara har suka k'are magana.
Mujiya ta tashi ta yi tafiyarta.
Da gari ya waye, Annabi Suleimanu
ya yi sak'o wurin tsuntsaye: da babba-
da-jika da bubukuwa da gauraka da
25 tuji da kalakala da gam-da-yak'i
da jinjimi da shaho da shirwa

Notes

14   *ina za ni*, etc.: "where shall I go with the guilt?" i.e., it
will be too much for me.
15   *alhakin*: "guilt, burden, responsibility [for]."
†*wa'dannan*. Written as *wa'danan*. Similarly, the scribe
has often written *wanan* for *wannan*.
rayuka, plural of *rai*.
16   *ya ce "To."* The ubiquitous answer! Said here with the
resignation of a husband yielding to an importunate woman.
17   †*amin*. In Arabic it is not customary to write two *alif*'s
consecutively; so here, the scribe omitted the first (the "bearer" of
the vowel) and kept the second (the lengthening one). Had this not
been an Arabic word, he would probably have written *ain* and then *alif*.
18   *can*: may well have a temporal significance as well as the
spatial one and go closely with the *da ta ji*; i.e., "right from the time
when."
23—37   Here follows an imposing list of birds, several of which
are not in the dictionaries. There are a great number of very local
names for these; and it may be that several names used in Edgar's day
in the Sokoto area are not now heard.
23   †*babba-da-jika*. M. Lawal probably omitted *k'arfi* in error.
25   *tuji* = *tuje*.
kalakala = *kadafkara*, probably.

شِی کُو سِی یِتِی عَامَا إِنَا ذَان

دَرْمَکِن وَطَنَن رَایْكَا؟النَّبِی كَی ۱۵

وَنْ كِی مِن طَاكِی دَسْوَا یِتِی تُو

اللّٰه یَكنْمِ دَلَ فِیا النَّبِی دَامِن .

مَوجِیاكُو نُنْ دَ تِیجِم مَاأَنْ النَّبِی

سُلَیْمَان تَنَای مَسَرْ مَغْنَا سَی

السُّوُرَارَا حَرْسَك فَارِی مَغْنَا . ۲۰

مَوجِیَا تَتَایِش لَی لَغِیرَمَتَ .

دَعُمری یَوَایِی .النَّبِی سُلَیْمَن

یِی سَافُو وَرِن طُنْطَایِی ،دِیبَا

دَجِكَا ،دَبُوبُوفُو ،دَ غَوَرَاك ،دَ

لُوجِ ،دَكَلَاكَلَ ،دَ عَمْدَیَا فِی ۲۵

دَ جَمْجَمِی ،دَشَاحُو ،دَشِرَوَا

da kwarikwakko da bawan-Allah da shaya
da marai da jambaka da shaida
da bambami da zalbe da belbela
30 da hankaka da hazbiya da tantabara
da kurciya da maiki da angulu
da carki da carkin giwa
da sambona'i da ci-gida-tukku da tankarki
da taka-a-bado da kirinjijiya
35 da dinya da jimina da gaba da
makwarwa da zabo da dauga
da shamuwa. Tsuntsaye duk
na duniya Annabi Suleimanu ya kira su.
Sai aka je aka gaya masa, aka ce

Notes

27   *kwarikwakko,* also called *'dan sarkawa:* not identified.
28   *jambaka = jan baka = jan baki.*
31   *maiki = miki.*
33   *sambona'i,* or *tsita:* "a small, gray-green bird" (Fulani, *gainel*).
         ci-gida-tukku: "tawny-flanked wren-warbler."
36   † *makwarwa.* On this occasion the scribe has written a *wasali bisa* after the *kw* rather than a *rufu'a,* which seems more accurate phonetically.
         dauga: a variety of night jar.
38   † *Suleimanu.* With the lengthening *alif* as a diagonal stroke above the line.

د کُر کُکُو، د باون آللهْ، د شايا
د مارئ، د جن بکا، د َسيدا
د بمبَمِی، د زَبئی، د بُلبُلَک،
د خنکاکا، د حذبِيا، د تَنبَرا
د کُر ثِيا، د مَنک، د اَ نغل،
د ثُرکی، د زُورکن غِيوا،
د سَمبَناع د ثِيغ داللکُود نَکَرَ
د تاکا ع بدوا، د کِرنبِيتا،
د ذِ تِيا، د جِمنا، د تاتا، د
مکَرئو، د ذابئو، د دَوُتا،
د شامُوا. ظنطا بی ذک
نذوُنِيا اللنبی سَلِيمَن يکراس.
سِی اللکجی اَک غَيا مَس اللکبی

40   "Mujiya ba ta zo ba." Ya ce
       "A je a kirawo ta." Aka je, aka gaya mata,
       aka ce "Annabi Suleimanu yana kiran
       tsuntsaye na duniya duk, ke ba ki
       zo ba." Sai ta zo wurinsa.
45   Annabi Suleimanu ya ce "Ke, mujiya,
       ina dalili na tara tsuntsaye duk, ke
       ba ki zo ba, sai da na yi sak'o
       sau uku?" Ta ce "Annabi, na tuba.
       Abin da ya sa ka ga na da'de, bak'i na yi,
50   suna gardama kaman zu su yi fa'da.
       Gardamansu na tsaya na ji." Ya ce
       "Wani irin gardama ka ke ji suna yi?"

        Notes

        49   *bak'i na yi*: "I had guests"—which is a good excuse for
lateness in many cultures.

مُوجِیَا بَتَ دُوبَا ، یَیْتِی

اَجِبِی اَلِجِرَاوُوتَ. اَکِجِجِی اَکَ غَیَامَةَ

اَمِحِبِی النَّبِی سَلَیْمَان یَنَا کِرِن

ظَنْطَا پِی نَدُونِیَا دُﮑْ کُبِی بَکِ

دُوبَا . سِیْ نَذُوا وِرَنْس .

النَّبِی سَلَیْمَن یَیْتِی بِکِ مُوجِیَا

اَنَا دَلِیلِی نَا نَار ظَنْطَا پِی دُﮑْ بِی

بَکِ دُوبَا سِیْ دَنَی سَا فُو

سِوْ نِک ؟ نَبِی النَّبِی نَا نُوبَ

اَبِنْد یِسَا کِغ نَا دَطِی بَافِی نِی

سِنَا غَمِرْدَمَا کَمِن ذَامِس یِی فَطَا.

غَمِرْد مَنْس نَطِیَا اِنِبِی . یَیْتِی

وِیَا اِیِن غَمِرْد مَا کِکَظِی سِنَای ؟

244 Solomon and the Owl

Ta ce "A'a, Annabi Suleimanu! Wannan
ya ce mace ta 'daura masa dubara.
55 Wannan ko ya ce 'Kai Wane, kada ka yar-
da da 'daukan dubaran mata! Daba-
ran mata ba abin 'dauka ba ne. In
ka bi dubaran mace, kana 'daukan
alhaki mai yawa wurin ubangijimmu,
60 Allah. Ka ce ka kashe shi, kai ka yi masa
rai? Ai, Allah ya yi masa rai.'" Ta ce
"To, ka ji gardaman da mutanen nan
suka rik'a yi." Sai Annabi Suleimanu
ya ce "Kai! Tabbas kin yi bak'i!"
65 Ya ce "Da zan yanke ku, amma

Notes

53—63   The owl now proceeds to vindicate our belief in it as a
wise bird. It is not, however, normally felt to be so by the Hausa, who
regard its voice or the sight of it by day as a thing of ill omen. In
fact, however, the owl does not occur elsewhere in *Tats* and is rare
in proverb.

55   *wannan ko*: "the other" (of two).

56   *dubaran = dabarar*.

59   "You're taking on a heavy burden of responsibility, belong-
ing [rightly] to Our Father, God."

64   *Kai! Tabbas*: "Well! Most certainly."

نَبِى عِع! اَلنَّبِى سُلَيْمَن وَنَن
يَابِنْ مَثِى تَاطُورَا مَسَ دُبَارَا.
وَنَنْ كُو يَنَى كَنَى وَابِنَى كَدَكِير
دَا رَطُوكَنْ دِبَارَنْ مَانَا. دَبَا
رَنْ مَانَا بَاعَبِين طُوكَابِنَى. إِنْ
يَكِبُ دِبَارَنْ مَثِى كَنَا طُوكَنْ
كَيْكِي مَسْ يُوَا وَرِنْ عَبَنَغُعجنَمْ
اَللّٰه. كَبِثَى كَاكَبَثَيِش كَنْكَى مَسَ
رَىْ؟ أَىْ اَللّٰه يَتِى مَسَ رَىْ. اَلنَّبِى
لُو كَاجِ غَرَدَ مَنْ دَمْتَابِسَ نَنْ
شَكَ رِفَ يَى. سَنْ اَلنَّبِى سُلَيْمَان
يَبَى كَى تَبَسَ كِنْ يِى بَا يِى
يَبَى دَا ذَنْ يَنْجَكُوا أَمَا

tashi, ki yi tafiyarki! Dabarar mace
ba dubara ba ce. Bak'on nan naki ya
fa'di gaskiya. Kowa ya bi dubaran
mace, ya halaka. Kada ka fa'da ma
70 kowa batun nan!" Ya ce "Tashi!"
Sai mujiya ta tashi. Annabi
Suleimanu ya ce "A je a gaya ma
tsuntsaye, kowa ya tashi, ya tafi gida."
Sai suka tashi, suka bi mujiya,
75 suna marinta da fikafikai, suna
tambayarta labarin da suka yi da Annabi
Suleimanu.

   Notes

   67   *dubara* = *dabara*.
   69   † *halaka*. Written as *ha babba*, once again, because it is a
borrowing from the Arabic where the letter occurs in the original word.

تَاىِش كِحِى تَعِيـزَكِ ، دبَارَرمِثِى

بَادبَاتَر بِثِى . بَا فُوتَنْ تَاكِ يَا

قِطِى غَمْسِعِيَا . كُووَا يِبِ دبَارَنْ

مَثِى يَا هَلَكَ . كَـرَ كِقَطَا مَا

كُووَا بَتَـنَّنْ . يِبِى تَاىِش ! ₇₀

سَى مَوجِيَا تَاىِش . آنِّبِى

سَلَيمَنْ بِثِى أَجِى آغِيَا مَا

طَنْظَا بِى كُووَا يِتَاىِش يَبِ غِـدَا

سَى سَكَ تَاىِش شَكِب مَوجِيَا

سِنَا مَا رِنْ د وِكَا وِكِى سِنَا ₇₅

تَمبِيَرتَ لَا بَا رِنْ د سَكِى دآنِّبِى

سَلَيمَنْ .

Dalili ke nan mujiya ba ta
fita da rana, sai da daddare. In
80 ta fito da rana, tsuntsaye, in guda
ya gan ta, sai shi yi ta binta, yana mari,
shina kuka. To, ba kuka shi ke yi
ba. Shina kiran 'yan'uwansa su zo
su kama mujiya, su tambayi labarin
85 da ta wo tare da Annabi Suleimanu.
Har yanzu, in tsuntsaye sun ga mu-
jiya, sai ta shiga kogo kana ta tsira.
Shi kuma wannan labari, iyakan
wanda na samu. Shi ke nan, na fa'da
90 maka.

Notes

81   *yana.* Note the apparent indifference with which *yana* and *shina* are used.

82   *to*: here, "well, actually."

85   *ta wo* = *ta yiwo.* *yi labari*: here, "exchange news, discuss.

89   The tale concludes with the scribe telling Edgar that that is all he knows of that one.

ديبلي كلنن موجيا باتا

جيا درانا سق دَ دَ دَ رى • إن

ٱ بيو درانا طنطاپى إن غدا

يا غنغ سن شي بيش ٱنا مارى

شنا كوكا. ٱو با كوكا شبكي

با شينا كرن بمن موس سوو

سكام موجيا سمبي كابارن

دَ لوو تارى دَ ٱلنبى سليمن •

ضريندُ إن طنطاپى سنغ مو

جيا سق سنغ كوغو كانا نطيرا

شى كم ونن كـ بارى إيا كن

ونـد نسام شى كلنن نا بطا

مك •

32

Confrontation with

a Tyrant

(II/ciii)

This account of Abdurrahmanu (Sultan of Sokoto, 1891–1902[1]) is unusual in *Tats* in that it states at the end that the scribe had it from the lips of one of the protagonists and in that it includes descriptive detail both of the scene and of the tyrannical ruler. The other historical accounts tend to state the facts baldly, with a dignified lack of embellishment that is typical of the annalist style of history. However, the tale resembles many other items in the collection in that it is one of the accounts of the long conflict between the Kebbi chiefs of Argungu and the Fulani rulers of Sokoto, which was brought to an end only by the British occupation. As with the other tales in which 'Danyen Kasko is involved, we have here a brave, devout Muslim refusing to flee from a tyrant whose ways deviate from those of a truly Islamic ruler. For another similar story, see Jtn, No. 55.

---

1. For an account of his reign, see Murray Last, *The Sokoto Caliphate* (London, 1967).

Labarin Abdu Sarkin Musulmi 'Danyen Kasko
da Malam Masallaci. Malam Masallaci na Katami shina nan Katami
zamne, shina ma'amila da Sarkin Kabi Isma'ila.
Abdu 'Danyen Kasko Sarkin Musulmi ya 'dau-
5 ko yak'i, ya taho, za shi Argungu. Sai Sar-
kin Kabi Isma'ila ya aiko Katami wurin Malam
Masallaci, ya ce "Duk ran da ka ji labarin Sarkin
Musulmi Abdu 'Danyen Kasko ya taso
daga Sokoto, zai zo Argungu garin yak'i,
10 ka sanasshe ni." Malam Masallaci ya ce "To." Sai
Abdu 'Danyen Kasko ya zo ya sauka Katami
nan wurin gawassu bakin gulbi, can arewa
da Katami, cikin jigawa. Sarkin Musulmi
Abdu 'Danyen Kasko ya shawo alwashi ya ce
15 shi dai, da zuwa Katami, sai ya kama Malam
Masallaci, ya kashe shi.
    Sai Abdu Sarkin Musulmi 'Danyen Kasko
ya sa dogarai, ya ce su tafi gidan Malam Masallaci

Notes

1 *'danyen kasko*: "unbaked pot," i.e., won't hold water, is
unreliable; cf. the proverb *'danyen kasko ba ya kai ruwa bayan 'daki.*
   2 *Masallaci*: his name, probably a nickname given him for
his excessive piety.
    Katami is twenty miles from Argungu on the road to Sokoto,
and so in the path of an invading force.
   3 *ma'amila*: "in alliance, having regular dealings."
    Isma'ila: Chief of Kebbi (Kabi) or Emir of Argungu, about
whom there are several traditions in *Tats*. His capital was Argungu.
In the *ajami*, the lengthening *alif* for the first *a* has been written above
   5 *taho*. Western dialects for *tafo*.
   9 † *Sokoto*. There is no particular reason why M. Lawal should
have used *sodi* here instead of *sin*, for *Sokoto* can hardly be a borrow-
ing from Arabic; but he usually has written the word thus.
   12 *gawassu*, plural of *gawasa*. The first of several indications
that this is an eyewitness account. But, of course, Hausa tends to be
specific about trees (see Introduction, p. xv).
   13 *jigawa*: "lighter-soiled land." This is usually contrasted
with *fadama*, the dark, cotton soil of the broad river valleys, which
tends to flood during the rains.
   14 *ya shawo* = *ya sha*.
   15 *sai ya kama*. See No. 23, note on *sai an yi alkariya nan*,
line 12. He means that this is one thing that *will* get done.
   18 *dogarai*: a chief's strong-armed, gaily dressed bodyguards
who tended to be rough with people they arrested.

كلو بارڠ عبد سرڪين مسلم طن ڤسن ڪسڪوا

دمالم مصلاڽ . مالم مصلاڽ تڪتيم شنا نز كتيم

دمبي شنا معامل د سرڪين كب إسماعيل .

عبد طن ڤسن ڪسڪوا سرڪين مسلم، يطو

كو يا في يتنحوا داءيش أرغنغ سس سر

كين كب إسماعيل يأ يكو كتيم ڤورڽ مالم

مصلاڽ يتبي دك رند كمي لا بارڽ سرڪين

مسلم عبد طن ڤسن ڪسڪوا يا تا سوا

دغ صوكتوا دي دوا أرغنغ غيرن يا في

كسنفسلين، مالم مصلاڽ يتبي توا . سي

عبد طن ڤسن ڪسڪوا يدوا يسوك كتيم

نن وورڽ غوش با كين غلم ، تن أربوا

د كتيم لكن جڬاوا . سرڪين مسلم

عبد طن ڤسن ڪسڪوا يشاوا أروايس يتبي

يس دي د دوا كتيم سي يا كام مالم

مصلاڽ يا كسنسيس .

سي سرڪين مسلم عبد طن ڤسن ڪسڪوا

يسا دوغترى يتبي شلم غدن مالم مصلاڽ

su sauka. Shi ko Malam Masallaci ya duba hanya
20 ya ga manzon Sarkin Kabi. Sarkin Kabi kuwa,
Isma'ila, bai aiko da manzo wurin Malam
Masallaci ba. Malam Masallaci shi kuwa ya rubuta
kibau guda uku, ya 'daura ma go'diya sirdi, ya kira
babban 'dansa—shi ko 'dan ana kiransa Abdul-
25 mumini. Ya ce "Zo, ka hau go'diyan, ka tafi
Argungu wurin Sarkin Kabi Isma'ila, ka gaya masa,
ka ce masa ai ya gaya mani, ya ce idan Sarkin
Musulmi Abdu 'Danyen Kasko zai taho nan,
yana wo mani aike in tafi can Argungu wurinsa.
30 Ka ce masa na yi duban hanya in ga aike,
ban gani ba. Yaya aka yi haka?
     Ka ce masa kibau 'din nan guda uku,
idan Abdu Sarkin Musulmi 'Danyen Kasko
ya zo garin yak'i, su za a fara halbawa. Sa'an
35 nan in ya so, a yi ta yak'i." Sai 'dansa ya taho,

    Notes

    23   *kibau*, plural of *kibiya*. He wrote from the Koran on them to
give them magic power.
        go'diya. See No. 16, note to line 9.
    27   *ai*: introducing an explanation for his sending his son with
the three arrows; often, as here, reminding someone of what they have
said or what they already know.
    29   *wo = yiwo.*
    32   *'din* after *kibau*. Perhaps because the storyteller felt that
the -*n* of the genitive copula would be awkward after the diphthong.
Once again M. Lawal has written a redundant *n*, as he already had
the *k'arfi* (*shadda*).
    33   There is something epic about the repetition of the Sultan's
full name and title every time he is referred to.
    35   "*Then*[having fired off the three arrows], if he so please,
let him."
    taho. The -*o* probably indicates that the tradition is being
written down in Argungu.

سستوك ٠ شم كو مالم مصللم يذوب حنيا

20 يغ منذون سركن حب ٠ سركن حب كوا
إسمعيل بى أيكوا دمنذوا ورن مالم
مصللم با مالم مصللم شم كوا يربوت
كيبو نمدا ئك يطورا ما غوطيا سردِ، ٠ يكرا
ببرن طنس، شم كو طن أنا كرتس عبد

25 المومن ٠ يبى ذوا كحو غوطيتن كلبِ
أو غنغ ورن سركن حب إسمعيل كعيا مس
كبى مس أى يا غيا من يابى إدن سركن
مسلم عبد طنپن كسكوا دى كحو نرن
ينا وو من أيكى إن آب ثن أرغنغ ورنس

30 كبى مس ناى دو بن حنيا إنغ أيكى
بنغنم با، يايا أكحي حك ؟

كبى مس كيبو طسن نن نمدا عك
إدن سركن مسلم عبد طن پسن كسكوا
يا ذوا غرن يا ف شو دراع بار حلبا وا٠ سأ

35 بن إن ياسوأ أى يا ف٠ نى طنس ينحوا

ya kawo ma Sarkin Kabi Isma'ila kibau.
Shi ko Malam Masallaci, ga dogarawa a cikin
gidansa. Ashe mai garinsu, Samna, ya tashi
ya tafi gaisuwa. Sai Malam Masallaci shi ka'dai
40 sai baransa da 'dansa k'arami, wanda a ke ce
masa Malam Abubakar. Sa'an nan yana k'arami.
    Sai Malam Masallaci ya ce ma baransa ya tafi
ya ce ma mai gari, Samna, ba sa zuwa gaisuwa?
Sai baran Malam Masallaci ya tashi ya tafi gidan
45 mai garinsu, Samna. Da yaro ya je gidan, sai
ya taras duka sun tafi gaisuwa wurin sansanin
Sarkin Musulmi Abdu 'Danyan Kasko. Sai
baran Malam Masallaci ya zo ya gaya ma Malam Masallaci,
ya ce "Ai, duk garin nan babu kowa sai mu
50 ka'dai." Walaha ta yi kuwa, sai Malam Masallaci ya ta-
shi, ya yi alwala, ya 'dauki farar rigassa, ya yi salla
walaha da ta azuhur da ta la'asar. Sai ya ce

Notes

    37   *dogarawa*. A different plural is used this time. The picture
of the guards as actually inside his compound is to indicate that his
situation was fairly critical, as it continues to be for most of this
account.
    38   *Samna*: presumably, the title of the village head. He had
stolen a march on M. Masallaci and run to make his peace by paying
his respects (*gaisuwa*) to the Sultan, making it appear as though the
other had been unwilling to come and so was guilty of discourtesy.
    39   *sai*: "[there was] only."
    41   *Malam Abubakar*. He acquired the title of "Malam" since
the events recorded here, of course.
    51   *rigassa*. He dressed with care. From now on, the account
of a good Muslim who expects to meet his death may be compared with
other accounts of much more recent date such as that of the late Prime
Minister of Nigeria, Abubakar Tafawa Balewa. The fact that death may
be imminent is all the more reason for correct and pious behavior.
    52   *walaha*: not one of the five obligatory prayers, and so in-
dicative of the extra, supererogatory piety of the man. He added the
azuhur and *la'asar* prayers, as he feared he would be otherwise oc-
cupied when the time for them came.

يَكَاوُوُمَا تَسْرِكِينْ كَحِب إِسْتَعِيلَ كَجَوُا .

شِيمْ كُوَ مَالَرْ مَصَلَّايْم نَهَاذْ وَغَزَاوُا أَنِّكِن

غِدَنْسْ أَبْتِي مَيْ غَيْرَنْسْ سَمْنَا يَا نَايِش

يَا نَهِمْ غَيْسْسُوا . سَنْ مَالَرْ مَصَلَّايْم شِيمْ كَحْطِي

سَنْ بَرَنْسْ دَطَنْسَ فَرْيَمْ وَنْدَ أَجِي بِّي
40

مَسْ مَالَرْ أَبُوبَكْرَ سَأَتَنْ يَنَا فَرْيَمْ .

سَنْ مَالَرْ مَصَلَّايْم يَبِّي مَا بَرَنْسْ يَنَبِي

يَبِّي مَا مَيْنْغَرِ سَمْنَا بَاسَا دُوا غَيْسُوُ؟

سَنْ بَرَنْ مَالَرْ مَصَلَّايْم يَنَايِش يَنَبِي غِدَنْ
45

مَيْنْغَرِ نْسْ سَمْنَا . دَيَارُوا يَجِي غِدَنْ سَنْ

يَنَرَسْ دَكَ سَنْ نَهَبِ غَيْسُوا فُورِنْ سَنْسَيْنْ

سَرْكِينْ مُسْلِيمْ عَبْدُ طَنِّيِنْ كَحَسْكُوا . سَنْ

بَرَنْ مَالَرْ مَصَلَّايْم يَدُّوا يَنْحِيَا مَا مَالَرْ مَصَلَّايْم

يَبِّي مَالَرْ أَنْي دَكَ غَيْرَنَنْ نَهَابْ كُووَا سَنْ مَوْ
50

كَحْطِي . وَضَحَا نَايَ كَحُوا . سَنْ مَالَرْ مَصَلَّايْم يَنَا

شْ يَبِّي أَنْوَضَا يَطُوكِم فَرَرْ رِيغَتَا يَبِي طَلَنْ

وَضِمِي دَ نَاأَظُهَرْ دَ نَلَعَصَرْ ، سَنْ يَبِّي .

"To, alhamdulillahi! Tun da na yi sallan azuhur da la'asar,
idan kaina yana bisa wuyana har magariba kuma,
55 na yi sallan magariba."
        Shi ko Malam Masallaci, uwa tasa tana da rai.
Sai ya tashi, ya tafi wurinta, ya ce "Inna, ki yi mani
gafara. Allah ya sake tara mu!" Ita kuwa, uwar, ta ce
"Yaron nan, je ka! Na gafarta maka, duniya da lahira."
60 Sai ya ce "Alhamdulillahi, inna. Tun da kika gafarta mani
na gode Allah, ni Malam Masallaci."
        Sai ya tashi, ya kama hanya, ya tafi. Sai uwar
ta taho dudduk'e, ta ce masa "Kai dai, kada ka yi
raki, ko za a kashe ka. In ka yi raki, ban ga-
65 farta maka ba." Ran nan ya yi kuka.
        Shina tafiya har kusa da Sarkin Musulmi. Shi
bai ce ma kowa ya kai shi wurinsa ba, ya yi
gaisuwa. Sai Malam Masallaci ya tafi wurin Sarkin
Musulmi Abdu 'Danyen Kasko, yana tak'ama, ya saki
70 hannun riga, har wurin Sarkin Musulmi.

        Notes

        57   *inna*: polite term of address to one's mother or woman of
her generation. A common occurrence in *Tats* when a character is
going off on a long journey from which he may not return is that he
seeks forgiveness from his close relatives, especially his parents,
for any harm he may have done them.
        58   *Allah ya sake tara mu*: "may God bring us together again"—
said fearing that it was unlikely.
        59   *yaron nan*. We have noticed previously a number of times
this seemingly impersonal use of *-nan* to the person one is addressing.
        63   *dudduk'e*: "crouching"—probably so as to catch up with
him before he saw her. This word also occurs near the end of No. 29,
at line 83.
        65   † *ran nan*. Another redundant *-n*.
        67   *kai shi*, etc. No one in Hausa society ever approaches a
great man directly, but rather through several stages of intermediaries,
depending on the extent of the man's greatness. Cf. No. 30, note to
line 90.
        69   *tak'ama*. Adding insult to injury, he was strutting proudly.
Normally one should approach an important chief with one's head at
a very much lower level than his. He also allowed his sleeves to
flap (*saki hannun riga*) to add a little panache!

لٰوْ اَلْحَمْدُ لِلَّهْ اُنْدَ نَبِي صَلَّنْ اَطْهَرْ دَ لَعَصَرْ
اِدَنْ مَحْيَنَا يِنَا بِسْ وَ يَانَا صَرْ مَغْرِبَ لُحُمَ
نَبِي صَلَّنْ مَغْرِبَ ·

55

شِمْ كُو مَالَمْ مَصَلَّايْمْ عُوَاسَّسْ تَنَا دَرِي
سَنْ يِتَايِشْ يِتَبْ وَرِفْتَ يَتَبْنِي اِقَّا كِي مَنْ
غَا قِرَ اَللَّهَ يِسَا بَجِي تَارَامَرْ · اِتَ كُو عُوزَّ رَبَنِي
يَارُونْ نَنْ جِكَ تَا غَا قِرْ تَا مَكَ دُو نِيَا دَلَاخِرَا
سَنْ يِتَبْنِي اَلْحَمْدُ لِلَّهْ · اِنَّا اُنْدَ كِكَ غَا قِرْ تَا مَينْ

60

تَا غُودَي اَللَّهْ نِمْ مَالَمْ مَصَلَّايْمْ ·

سَنْ يِتَايِشْ يِكَامَ حَنْيَا يِتَبْ سَنْ مُوَرْ
تَنْحُو دُ وُفِي تَبْنِي مَتَسْ كَنْي دَيْ كَدَ لَحِي
رَاكِ كُو ذَاعَ لَحَنْبُلُكَ اِنْ لَحِي رَاكِ بَسْ نْ غَا
قِرْ تَا مَكْبَا · رَنْ تَنْ يَبِي كُوكَا ·

65

يِتْنَا بِيَا حَرْ لَحَسْ دَ تَسَرْكِينْ مُسْلِمْ يَنْ
بَنْ بُلَمَ لُحُو وَا يَكَنْ يِشْ وَرِنْسَ بَا يَبِي
غَيْسُوَا · سَنْ مَالَمْ مَصَلَّايْمْ يِتَبْ وَرِنْ تَسَرْكِنْ
مُسْلِمْ عَبْدُ طَنْ بِسْ لَحَنْسَكُوا يِنَا تَا فَتَمْ يِتَكِمْ
كَنْ رِيغَا حَرْ وَرِنْ تَسَرْكِينْ مُسْلِمْ ·

70

Shi ko, Sarkin Musulmi, ya yi kishingi'de bisa
shimfi'da k'ark'ashin gawasa, da shi da limaminsa.
Shi, Abdu 'Danyen Kasko, shina karatun
Dala'ilu. Sai limaminsa ya ce "Ga 'dan karen
75 kafirin nan ya tafo.
    Sarkin Musulmi, wannan dai, Malam Masallaci,
in ka bar shi, ba ka kashe shi ba, ba za ka kashe
Sama, Sarkin Kabi, ba. Kashe Malam Masallaci,
kafirin nan. Sannan kuma mu tafi, mu kashe Sama."
80 Tun da safe Sarkin Musulmi Abdu 'Danyen
Kasko
bai yi wa Malam Masallaci magana ba, har
azuhur ta yi. Sai Abdu, 'Danyen Kasko
ya ce "Liman, ba mu ga alk'ali ba."
85 Sa'an nan aka sanya yaro, ya tafi ya gaya wa alk'ali
Sarkin Musulmi na kira. Alk'ali ya hau, ya taho,
ya zo ya sauka. Ya tafi wurin Sarkin Musulmi
Abdu 'Danyen Kasko. Sai 'Danyen
Kasko ya ce "Alk'ali, ka taho?" Ya ce "I."
90 Daga nan sai limamin Sarkin Musulmi Abdu 'Dan-
yen Kasko ya ce "Alk'ali, donme kuka bar

Notes

74   *Dala'ilu[l Khairāti]*: a well-known book of devotions.
76   There seems no reason for this break in the writing, as the
imam's words continue on the next line.
78   *Sama*: short for *Isma'ila.*
79   *sannan = sa'an nan.*
81—84   M. Lawal has omitted a line in error (see the Hausa
Roman, lines 82-83). Several hours of patient endurance of the sun
by M. Masallaci is involved in that one line of narrative. The Sultan
was in the shade of the tree.
86   *na kira.* Pronoun omitted, colloquially.
88   With the sending for the *alk'ali*, the first round of the con-
frontation goes to M. Masallaci: he had not been killed and the Sultan
correctly, for once—was calling in the representative of the *shari'a.*
89   *ka taho?* "you've come?"—a common, if perhaps banal,
way of greeting a newcomer on the scene; perhaps a little like our
"Is that you?"

يت مكو تسركين مسلم ياى كشنغجطى يس

شمبيطا فرفيشن غوستا، دىت د ليما منس

يت عبد طنيسن كشنكوا شنا لحرارن

دلا بل تسى بيما من بيتى ما طن كبرن

75 كاجير منن يا تقوا .

تسركين مسلم و منن دى مالم مصلاىت

ان كابرتيش بك كحبشيش با باذاىك كحبشى

سما ستركين كب با . محبتى مالم مصلاىت

كاجير نن سفن لكم منتب مكشبى سما .

80 ىن د ساپى تسركين مسلم عبد طن بس

81-84 كشنكوا يتى : بيمن بم نع انفاضى با

85 سانن اىك سنىا يارو يتب يغيا وا انفاضى

ستركين مسلم نا كرا . انفاضى يعو يتعوا

بذوا يستوك يتب ورن ستركين مسلم

عبد طن بس كشنكوا . تسى طن بس

كشنكوا يتى انفاضى كاتحو ؟ يتى اىك

90 دع نن تسى بيما من ستركين مسلم عبد طن

بس كشنكوا يتى انفاضى د نبى لحكتبر

kafirin nan ya tafo nan, mak'iyin Allah Ta'ala? Donme
kuka bar kafirin nan?" Har sau uku. Daga nan sai alk'a-
li ya ce ma limamin Sarkin Musulmi "Ina
95 kafirin ya ke?" Sai liman ya nuna Malam
Masallaci, ya ce "Ai, ga shi!"
        Sai alk'ali ya ce "Ai, wannan ba kafiri ba ne,
gama ku kuma da kuka taho nan, kun ci albarkacin
malamin nan." Sai ya ce "A'a! Donme ka ce haka,
100 alk'ali?" Alk'ali ya ce "I. Abin da ya sa
na ce haka, ko ku—ga shi kun ci albarka tasa,
domin gayyan nan taku wani ba shi da abinci.
Amma da ya zo nan, ya sami abinci. To, duka
kuwa arzikin Allah da Ma'aiki har kuka samu
105 kuka sami abinci. Da malamin nan ba shi
garin nan, da yanzu nan Katami babu kowa
sai tsuntsaye. Allah ya hana a ci garin nan.
Annabin Allah ya hana a ci garin nan, amanan Malam

Notes

92   *ta'ala* [ta'aalaa]: an Arabic word, "may he be exalted,"
which is often added to the name of God.

93   *har sau uku*: i.e., he asked the *alk'ali* three times why he
had spared him.

98   *ci albarkacin*: "benefited from the kindly influence of."

100   *i* [iì]: something like our "well" in English, when we pause
before answering a question to make sure the answer is a good one.

101   *ko ku*. A rare example of *boko* discriminating where the
ajami fails to.

102   *gayyan nan taku wani ba shi da abinci*: "some of this host
of yours were without food."

106   *babu kowa sai tsuntsaye*: a fairly regular way of saying a
place was deserted.

كَاجِيرْ تَنْ يَتَّقُو نَنْ مَفِينْ اَللَّهْ تَعَلَى؟ دُ نْبِى
لَكَتْبِرْ كَاجِيرْ تَنْ؟ حَرْ سَوُمْكُ . دَعْ نَنْ سَىْ اَنْفَا
فِى يَتَّى مَا يِيمَا مِنْ سَرْكِنْ مُسْلِمْ إِنَا

95 كَاجِيرِنْ يَكَّى ؟ سَى يِيمَنْ يَنُونَا مَالَمَ
مَصَلَّاتِرْ يَتَّى اَىْ غَايِشْ .

سَىْ اَنْفَاضِى يَتَّى اَىْ وَنَّ جَاكَا جِيرِ يَتَّى
نَمَّا كُوكُومَا دَكُكُ تَحُو نَنْ لَنْ لَ اَلْبَرَكَتِنْ
مَاسِمَنْ سَىْ يَتَّى اَمَا دِنْبِى لُجَّى حَكُ

100 اَنْفَاضِى ؟ اَنْفَاضِى يَتَّى إِى اَبْنْدَ يِسَا
نَتِى حَكْ كُو كُو غَمِّيشْ كَنَتِّ اَبْبَرْجَا تَسَ
دُومِنْ نَمِيْنَنْ نَاكُ قِيمْ جَايِشْ دَ اَبْنَتِّ
اَمَّا دَ يِذُوا نَنْ جَا سَامِ اَبْنَتِّ . تُودُ كَ
كُو اَرْزِكِنْ اَللَّهْ دَ مَاَيْكُمْ حَرْ لُكُ سَامُ

105 لُكَّ سَامِ اَبْنَتِّ . دَا مَامَيِنْ نَنْ جَايِشْ
نَمِيرْ تَنْ دَا يِنْدُ نَنْ لَكَتِمْ بَابْ كُو وَا
سَىْ نْطُنْطَرْ يُى . اَللَّهْ جَا حَنْ اَتِّ نَمِيرْ تَنْ
اَلنَّبِينْ اَللَّهْ جَا حَنْ اَتِّ نَمِيرْ تَنْ اَمَا نَنْ مَالَمْ

Masallaci shi ya hana a ci garin nan." Daga nan
110 sai aka sallami alk'ali ya koma gida.
Shi ko Malam Masallaci nan ya wuni zamne,
har zafin ranan nan ya k'are kansa. Shi dai
Malam Masallaci yana zamne gaban Sarkin
Musulmi Abdu 'Danyen Kasko. Shi ko
115 Malam Masallaci ya yi tamataila. Sai Abdu 'Dan-
yen Kasko ya duba Malam Masallaci. Sai Malam
Masallaci ya kau da kai. Sarkin Musulmi ya yi
haka da hannunsa—sai sansani ya yi ciri:
kowa ya tashi yana gudu. Aka ce "Kai! Babu kome."
120 Sai akai ta sukuwa wurin alk'alin Katami, wai
dai don a kashe shi. Sai aka 'dauki shimfi'dan
Sarkin Musulmi, aka kai cikin damfamin. Malam
Masallaci shi dai yana zamne har aka k'are
rigima.
125   Sa'an nan Malam Masallaci—sai 'Yan Ruwa na Sarkin

Notes

115 *tamataila.* Barg has *tamatela* [táamátèelà]: "sitting cross-
legged." Presumably M. Lawal did not know the word, which Abr does
not recognize.
117 *kau da kai.* He turned his head away, presumably not be-
cause he was afraid to meet his gaze, but in order to show complete
indifference.
118 *haka.* A graphic touch, more in keeping with oral narration
than with the impersonal nature of the written word.
The result of the slight movement of a chief's hand gives a
good illustration of the power of an absolute monarch—even though in
this case it was a false alarm. Perhaps he was just brushing a fly
away!
120 *akai = aka yi.*
125 *'Yan Ruwa*: title of one of the Sultan's men. For the
spelling, see No. 25, note to line 32.
There is an anacoluthon after *Masallaci* here, the narrator
breaking off and starting his sentence again.

مَصَلَّاءيم شِيم يَحَنَا آيت غَمَر نَن . دَغ نَن

سَي أَك سَلِيم اَنفَاضِي يَكُورَمَر غَدَا .

شِيم كُو مَالَم مَصَلَّاءيم نَن يُودَن دَمبِي .

حَرذَا دِين رَا نَنَن يَقَارِبِي يَحَنس لِيم دَي

مَالَم مَصَلَّاءيم بَينَا دَمبِي نَمبَين سَركِين

مُسلِم عَمبُد طَن ين كَسكُوا . لِيم كُو

مَالَم مَصَلَّاءيم يَابِي كَما نَيِّلا . سَي عَمبُد طَن

ين كَسكُوا يَدُوب مَالَم مَصَلَّاءيم سَي مَالَم

مَصَلَّاءيم يَكُود كَي . سَركِين مُسلِم يَبِي

حَك دَحَننس سَي سَنسَتِيم يَبِي يَسرِي

كُووَا يَبَايش بَينَا نُدد . اَكبُل كَني بَا ب كُوبِي

سَي أَحمِي تَسكُوا قَدرن اَنفَا ضِين كَتِيم وَي

دَي دَن أَحبِشلِيش . سَي أَك طُوك شَمبعَطن

سَركِين مُسلِم أَك كَي يُكِين دَمقَمِين بَمَالَم

مَصَلَّاءيم شِيم دَي بَينَا دَمبِي حَر أَك قَارِي

رِيضَم .

تَاأَنَن مَالَم مَصَلَّاءيم سَي بَسن رُوا نَسركِين

Musulmi ya aiko wurin Malam Masallaci. K'ura
ta rufe shi da k'asa, har k'asa ta kawo gaban-
sa. Sa'an nan yara biyu suka kama hannun
Malam Masallaci, suka tashe shi tsaye. Sa'an nan
130 Malam Masallaci ya yi tafiya, ya je can wajen
'Yan Ruwa. Sai ya taras da sarkin garinsa,
Samna. 'Yan Ruwa ya ce "Malam Masallaci, ka
taho?" Ya ce "I." Sai 'Yan Ruwa ya ce "Ashe
kai dai ba ka bar halinka ba? Har yanzu kana
135 nan da halinka?" Sai 'Yan Ruwa kuma ya ce
"Malam Masallaci, donme ba ka kai ma
Sarkin Musulmi gaisuwa ba?" Sai Malam
Masallaci ya ce "In ji wa? Wa ya ce ban kai
gaisuwa ba?" Ya ce "Ka gani, 'Yan Ruwa—ni
140 dai, cikin gidana—ban da iyali—dami talatin
na bayas, da rago na zambar goma sha bakwai.

Notes

126   Campaigns were usually dry-season affairs, and M. Masallac
had had numbers of horsemen galloping around him, so it is not to be
wondered at that he was covered with dust.
127   *kawo gabansa*: "had [even] reached, had covered his front."
137   *gaisuwa*. In concrete form, of course.
140   † *gidana*. M. Lawal has again written a superfluous *ha kuri*
under the influence of such Arabic words as *Allah*.
"On my own, without including others of my family, I gave
thirty bundles of corn."
141   *bayas* = *bayar*.

مُسْلِمِ يَعْ يُكُو وُرَنْ مَالَمْ مَصَلَّايْ . فُورَا
آلَارُ بُلِيشْ دَفْسَا . حَرْفَسْ تَاكَاوُوعُغَمِبَنْ
سَ . سَاَتَنْ يَارَا بِيُو سُكَ كَامْ حَنُنْ
مَالَمْ مَصَلَّايْمْ سُكَ تَابُلِيشْ تُطُبِي سَاَنَّ
مَالَمْ مَصَلَّايْمْ يَي تَبِيا بُجُي تَنْ وَجِنْ ۱۳۰
بِمِنْ رُوا سَيْ سَيْ يَتَّرَسْ دَ سَرْكِنْ غَمَرْ نَسَ
سَمْنَا . بِمِنْ رُوا يَبُّي مَالَمْ مَصَلَّايْمْ كَا
تَكُوا؟ يَبُّي اِيْ سَيْ بِمِنْ رُوا يَبُّي آنَبُّي
بُحُي دَيْ بَكَ بَرْحَلِنْكَ بَا حَرْ يَنْذُ ؟ كَنَا
تَنْ دَحَلِنْكَ . سَيْ بِمِنْ رُوا كُمْ يَبُّي ۱۳۵
مَالَمْ مَصَلَّايْمْ دُونُبُي   بُكَكِيْمَ
سَرْكِنْ مُسْلِمْ غَيْسُوا بَا؟ سَيْ مَالَمْ
مَصَلَّايْمُ يَبُّي اِنْجِ وَا ؟ وَا يَبُّي بَنْكَي
غَيْسُوا بَا ؟   يَبُّي كَانَيْمَ بِمِنْ رُوا يَنِي
دَيْ تَكَرْ غَمَدَا نَهْ بَنْدَ اِيَالِمْ دَمِ تَلَايَنْ ۱۴۰
تَبَا يَسْ دَرَافُوا نَذَمْبَرْ غُنُومَ شَا بَكُتَي .

Iyalina kuwa dami 'dari suka bayas." 'Yan
Ruwa ya ce "Da Samna ya je, cewa ya yi, gaisuwa tasa
ce, kai ba ka ba da kome ba." Sai Malam Masallaci
145 ya ce "To, 'Yan Ruwa. Zama ya ce ban ba da ko-
me ba, to, ragon nan da na saya zambar goma sha
bakwai, ban biya shi ba. To, ba ni ko biya, tun nan
gabanka, 'Yan Ruwa. Shi dai, Samna, shi ne
zai biya ku'din ragon nan. Amma, 'Yan Ruwa,
150 ka gama ni da yaro, in ba da ragona biyu, naka
guda, na Sarkin Musulmi guda." Malam Masallaci
ya tashi, ya taho gida, ya zo ya ba da raguna biyu,
aka tafi da su can sansani. Sai Samna
ya ce "To, Malam Masallaci, tashi, mu tafi gida."
155 Nan gaban 'Yan Ruwa sai Malam Masallaci ya ce
"Kai! Ni ba ni zuwa tare da kai. Yanzu, in mun tafi
tare, in ka je cikin gari, sai ka rik'a cewa
kai ka amso ni daga wurin Sarkin Musulmi." Sai

Notes

143 *gaisuwa tasa*: "it was *his* greeting present." Samna had
played M. Masallaci even falser than merely stealing a march on him.
145 *zama*: "since."
146, 147 The two occurrences of *to* are, as often, parenthetical.
147 *ban biya*, etc. Credit is a fairly universal phenomenon!
148 *gabanka*: "right here, in your presence"—making 'Yan Ruwa
a witness of his intention. The importance of witnesses rather than
documentary evidence is a reflex both of Islam and of general illiteracy
He goes on to ask for one of 'Yan Ruwa's trusted men (clients) to make
sure that his present does not again go astray, throwing in an extra
ram for 'Yan Ruwa himself as his commission on the transaction.
152 *raguna*, plural of *rago*. Note that M. Lawal made the last
syllable long.
158 "You'll keep saying that it was you who rescued me."

إِيَـاإِلَيْنَا كُتُوْ دَمْ دَمْ طُطُرِ شَكَ بَايَسْ . بمِنْ
رُوَا يَيْبِي دَ سَمِنَا يَمِبِي بُتُوَا يَتِي غَيْسُوَانُتَسَ
بْلِي كَتْيِبَكَ بَادَ كُتُومُبِا . سَيْ مَالِمَ مَصَلَّايُم
يَبِبِي تُتُوَا بمِنْ رُوَا دَمَا يَيْبِي بَبْتَبَادَكُتُو
مُمُبِا تُتُورَاغُتُوتَنْ دَتَسِيَا دَمَبَرَ غُومَرُشَا
بَكَتْبِي بَنْبِيَاشِبَا تُتُوبَانِ كَتُوبَيَا تُنْ تَنْ
تَمَبَنْكَ بمِنْ رُوَا . شِبِ دَيْ سَمِنَا شِيبِي
دَئِي بِيَا كَطِبِرَ رَاغُتُوتَنْ أَ مَا بمِنْ رُوَا
كَ غُمَانَ دِيَارِ إِنْ بَادَ رَاغُمْنَا بِبُو نَاكَ
غُدَا تَـسَـرَكَيْنَ مُسْلِمَ غُدَا . مَالِمَ مَصَلَّايُم
يَنَايَشِ يَتَحَوَ غُدَا يَدُّوَا يَبَادَ رَاغُمْنَا بِبُو
أَكَ بَبِ دَسُو تَنْ سَنْسَيَنَ سَيْ سَمِنَا
يَبِبِي تُتُو مَالِمَ مَصَلَّايُم تَايَشِ مُتَبَ غُدَا .
تَنْ غُمَبَرَنَ بمِنْ رُوَا سَيْ مَالِمَ مَصَلَّايُم يَبِبِي
كَتْبِي يَمَ بَانَ دُوَا تَارَيِ دَكَتْبِي . يَنْدُ إِنْ مُنْتَبِ
تَارَيِ ، إِنْ كَاجَتِي تَيْكِنَ غَـبِرِ سَيْ كَ رِقَ بِتُوَ
كَتْبِي كَآ مَسُوبَرَ دَغِ وِرَرْ سَتَرَكَيْنَ مُسْلِمِ . سَيْ

mutane suka yi ta dariya. Sai wani ya ce "Samna,
160 mu tafi! K'yale shi! Malam Masallaci, idan ya k'i abu,
duniyan nan ba mai sanya shi yin abin nan da ya k'i."
Sai Samna ya tashi, ya yi tafiya tasa gida. Sa-
'an nan Malam Masallaci ya tashi, ya tafo bisa hanya,
ya yi sallan futuru. Sa'an nan sai Malam
165 Masallaci ya iso gida, ya taho, ya zo ya zamna.
Uwassa ta taso, ta zo, ta ce "Yaron nan, ai
ca ni ke an kashe ka. Ashe kana da sauran
rai?" Ya ce "I inna, ina da sauran rai." Suka kwana.
Da asuba ana ka'de-ka'de, Sarkin Musulmi za shi
170 hawa, ya taho Argungu. Sai dakaru suka shiga
Katami, nan cikin gidan Malam Masallaci. Suna harbi da
kibau. Sai Malam Masallaci ya 'dauki gafaka tasa.
Da wata mata tasa sunanta Igge, ta haihu
kuwa, tana goyo da yarinya. Sai Malam Masallaci ya ce
175 "Haba Igge! Tashi, nufi cikin gari, da ke da yaron nan,
Abubakar." Ita ta ce ba ta zuwa ko'ina. Sai wani

Notes

159   *dariya*. They were laughing at the proud obstinacy of the
old man.
160   "If he refuses [to do] something, in [all] this world there's
no one will make him!"
164   *futuru* = *hutturu*.
167   *ca* = *cewa*.
169   *ka'de-ka'de*: "drumming."
170   *taho*. The -*o* makes it fairly clear that the story was written
from Argungu, even if the general tenor had not already done so.
173   *Igge*: for Edgar's *Ige*. She proved almost as obstinate as
her husband, and as successful in surviving!

مَنَابَنِى سُكِى نَدَارِيَا سَى وِن بَيِّكْ سَمْنَا
مَنَعِ . قَابِسَى مَالَمْ مَصَلَّاتِمْ . إِدَنْ يَاڤِ أَبْ ، 160
دُوْنِيَنَّنْ بَامَىْ سَنْيَانِشْ بِن أَبِنَّنْ دَيْفْ
سَىْ سَمْنَا يَنَانِشْ يِى نَجِيَا تَسْ غِدَا . سَا
عَنَنَّنْ مَالَمْ مَصَلَّاتِمْ يَنَانِشْ يِنَّبُو بِسَ حَنْيَا
يَاِى صَلَّنْ فَنُّر سَا عَنَنَّنْ سَىْ مَالَمْ
مَصَلَّاتِمْ يَاِى سُو غِدَا يَنَّحُو يَدْ وَايَدَمْنَا . 165
عَوِشَا نَنَاسُوا نَدْو نَبِى يَا رُوسَّنَّ أَىْ
نَا يِكِى أَنْ كَبِّسُكَا أَنِّبِى كَحْنَا دَ سُوْرَنْ
رَىْ؟ أَنِّبِى إِى إِنَّا إِنَا دَ سُوْرَنْ رَىْ . سُكَ كَانَا
دَ أَصْبَا أَنَا كَحْطِى كَحْطِى سَرْكِنْ مُسْلِمِ ذَا يِشْ
حَوا يَنَّحُو أَرْغِنْغْ سَىْ دَا كَارُوا سُكَ شِغَا 170
كَنَّيِمِ نَنْ نُكِنْ غِمَدَرْ مَالَمْ مَصَلَّاتِمْ سَنَا حَرِيمِ دَ
كِيمِبُو تَىْ مَالَمْ مَصَلَّاتِمْ يَطَوَكِمِ غَبَكَا نَسَ
دَوَنَ مَانَا نَسَ سُوتَنَنَ إِمْبِى نَا حَيْحُو
كُو نَّنَا غُو بِو دَيَارْنِنَا . سَىْ مَالَمْ مَصَلَّاتِمْ يَنِّى
حَبْ إِمْبِى نَا يِشْ نَفِ نُكِنْ غَمِرِ دَكِى دَيَارُونْ 175
أَبُو بَكَرْ . لِمَ نَبِى بَا ذَوَا كُوِنَا . سَىْ وَ نِ

baransa ya ce ma Igge "So ki ke a kashe
Malam Masallaci gabanki?" Ya fa'di haka ke nan,
sai aka harbo kibiya ta bi bayan Igge. Sai kibiya
180 ta zo ta samu hancin yarinya, ta wuce. Kibiya
duk ta tafi da hancin yarinyarsa. Baran
Malam Masallaci ya ce "To, Igge. Ina cewa
tun 'dazu ki kama hanya, ki shiga cikin
gari." Ita ko Igge sai ta ce "Haba!
185 Su wa'dannan, sauran mutane, da suka
fita, suka shiga cikin gari, korarsu aka
rik'a yi." Sai labari ya kai wurin Abdu
'Danyen Kasko Sarkin Musulmi.
Aka ce masa "Ga dakaru can sun
190 shiga cikin Katami, suna yak'i da Katami."
Sa'an nan Abdu 'Danyen Kasko ya sa masu
dawaki, ya ce "A je, a ba dakaru
kashi, su fito daga cikin Katami."

Notes

177—193 This page seems to have been written by another hand,
the style being of an older fashion and much nearer that of the writers
whom Edgar and Burdon employed. M. Lawal may have got a friend or
pupil to help.

178   *ya fa' di haka ke nan*: "he had just said this."

183   *tun 'dazu*: "just a minute ago."

186   *fita*: i.e., from the compound.

korarsu aka rik' a yi: "they've found themselves driven off
[into slavery]."

188   † *'Danyen*. Written as *'Danyan*, in fact, a closer rendering
of what is said.

193   *kashi*. One of the characteristics of 'Danyen Kasko that
appears from the stories is a certain vulgarity of speech, which would
add to the public disgust caused by his actions.

بر ننس بينش ميا إغمبل سو ببكبل اكشنى

مالم مصلا ثم تجن يع . يا بطم مك بكشن

سن اك ترببوكيبيا تب بايتن إغبل . سن كيبا

تنذوانسام م منش يارنبير تغوبير كيبا

دك تتبج د منش يارنبير سن بر ن

مالم مصلا ثم ينبش ننو إغبل . إنربعوا

تنبطا ذككام منيا كششغا ثكن

نمير . إنراكو إغنى سن تيش نبا .

سو وطنش سورن منابنل دسك

بما سك شع ثكرنم كورر سرأك

رفين بسن لابار ببكن ورر ومبد

طبش كنسكوا سركر مسلم

. اكتن مس خا داكارو ثن سن

شغا ثكن كتم سنايا نم دكتم

سأنن مبدطير كنسكو يسامال سن

لدواكم ينبع أجنى . أبا داكارو ا

كانش سمبتوا أتم ثكن ككتم

Aka koro su, suka fito. Shi kuma, Malam
195 Masallaci, ya fito daga cikin Katami, ya nufo Argungu.
Da suka zo nan garin yak'i, Abdu 'Danyen
Kasko, da Sama ya kore shi, da gudu ya wuce Katami,
bai k'ara komowa Katami ba. Da ya je gida sai
ya ce "Liman, ashe gardin nan na Katami, wanda a ke
200 ce ma 'Malam Masallaci,' zaman nan da ya yi, tsoro
ya rik'a ba ni. Nan inda ya ke, bisa wani abu na ke
ganinsa—irin abin nan da a ke cewa kwarakwara."
Har Abdu ya mutu bai k'ara zuwa Katami ba. Sai
Malam Masallaci shi kuma, sha uku ga watan Muharram
205 ya ba ni labarin abin da Abdu Sarkin Musulmi 'Dan-
yen Kasko ya yi masa. Malam Masallaci ya ce
mani Abdu 'Danyen Kasko fulansa sak'i ya ke
saye ga kansa. Malam Masallaci ya ce "Ashe dai
Abdu kyau gare shi." Ya ce fari ne kuwa. Ya ce cin

Notes

197   *da gudu.* He went past Katami on his way back to Sokoto
too fast to pause there.
199   *gardin*: probably "obstinate fellow," but possibly also
"magician."
202   The Sultan thought he saw M. Masallaci lifted up on a sort
of pair of stilts and was inspired with fear at the vision.
204   *Muharram*: the first month of the Muslim year.
207   *fulan = hular.*
208   *ashe ... kyau gare shi*: "to my surprise ... was good-lookin

أَكَ كُورُوش سَك بِتُوارِش كَم مَالَم
مَصَلَاتِنْ يَجْعُوا دَمَتْكَرْكَتَم يَنْبُوارِتُو.
دِشَك ذُو نَن غَرن بَافِ عَبْدَطَنْ بِن
حَسكُو دَسَما يَكُور مِش دَعْدْ سَوْبَى كُمَم
بَى فَارْكُومُو وَ كَلَم بَا. دَبَجَى غَدَا سَى
تَبَ لِيَمُنْ أَنْبَى نَمَر دِنَن نَكَلَم وَنْدَأَك

بَسَما مَالَم مَصَلَانَم ذَمَنَنْ دَبَى طُورُو
يَرَفَ بَان. نَن إِنْدَيَكِى سَس وَرْ أَبْ نَجَى
نَنَنْس إِرَنْ أَبْنَن دَأَكَى بَلَوا لَحَرَا كَرَا.
حَرَ عَبْدُ سَمَت بَى فَارْ ذُوا كَلَم بَا، سَى
مَالَم مَصَلَانَم بِش كَم شَاعَكْ نَمَوتَن مَعَرَم

بَيَان دَلْ بَارَنْ أَبْنَد عَبْد سَتَرِكَن مُسْلِم طَنْ
بِن كَسْكُو بَى مَس. مَالَم مَصَلَانَم بَى
مَى عَبْدَطَنْ بِن كَسْكُو بُولَن سَافَم يَكْبَى
سَابَى نَكَنَتَن مَالَم مَصَلَانَم بَى أَشَى دَى
عَبْدُ كَاوُ غَبَرْسِش. بَى فَرِيبَى كُو. بَى بَى بَن

210 zanzana gare shi kuwa. Ya ce jan ido gare shi
kuwa. Ya ce hurhura gare shi kuwa. Ya ce saje
gare shi kuwa.
        Malam Masallaci ya ce shi dai ya yi shekaru
shina ganin Abdu 'Danyen Kasko, shina ba shi tsoro.
215 Ya ce shi da'dai duniya bai ta'ba ganin mutum
kaman Abdu 'Danyen Kasko ba.
        Mutanen Sokoto abin nan ya rik'a ba su
mamaki. Abdu 'Danyen Kasko in ya ce zai
kashe mutum, to sai ya kashe shi. Ga shi, ya
220 shawo alwashi tun daga Sokoto, ya je Katami
ya kashe Malam Masallaci. Shi Malam Masallaci sun
zo, sun zauna tare da Sarkin Musulmi Abdu 'Dan-
yen Kasko, bai kashe shi ba.
        Shi, Malam Masallaci, ga shi nan a Argungu, yana
225 zaune. Amma fa, in 'barawo ya yi masa sata,
Malam Masallaci, idan an zo an gaya masa, an ce "Malam,

        Notes

        210   *ido*: the iris, rather than the pupil.
        211   *hurhura* = *furfura*.
        213   *shekaru*. He continued to see him in his mind's eye for
years.
        214   †*Kasko*. Omitted in error.
        220   *ya*: presumably, [yaà].
        221   *sun*. Yet another example of usage of the plural pronoun
where two are involved and one of them will be included in the predi-
cate.
        225   †*amma*. Written with two *mim*'s instead of with one *mim*
and the *k'arfi* (*shadda*).

دَانْدَا غَبْرَيْش كُوَا يَايْبِي تَجَنْ إِدُو غَمْرَيْش
كُوَا . يَايْبِي خَرُخِرَا نَمِرَيْش كُوَا، يَايْبِي سَاجِي
غَبْرَيْش كُوَا .

مَالِمْ مَصَلَّايْمْ يَابِي شِمْ دَى يَاى شِيبَكَرُوا
سِنَا نَمِنْ عَمْبَدْطَنْ بِنْ سِنَا بَايْش طَّلُوزَوا
يَابِي يِمْ دَطَى دُونِيَا بَىْ تَبْ غَيْنْ مَنْ
كَمَنْ عَمْبَدْ طَنْ بِسْ كَسَكُوا بَا .

مَّا بِنْ صُوكِنُوا أَبْتَنْ يَارِفْ بَا مَنْ
مَا مَا كِ . عَمْبَدْطَنْ بِسْ كَسَكُو إِنْ يَالِّي أَدَى
كَشْبِى مَنْ تُوسَى يَاكَسْبِيْش بَمَا بِيْش يَا
شَاوُو حَمْقَوَايْش لَّادَغْ صُوكِنُوا يَا جِي كَتَمْ
يَكَشْبِى مَالِمْ مَصَلَّايْمْ . يِمْ مَالِمْ مَصَلَّايْمْ سَنْ
دُو سَرْ دَوْتَا تَابَرِى دَ سَرَكِنْ مُسْلِمْ عَمْبَدْطَنْ
بِسْ كَسْكُو بَى كَبَّبَبِشْبَا .
يِمْ مَالِمْ مَصَلَّايْمْ غَا سِنَنْ أَ أَزْمَنْغَنْيَا
دَوْبِى مَ أَمَّا بَ إِمْ بَرَاوُوا يَاى مَسَّ سَاتَ
مَالِمْ مَصَلَّايْمْ إِدَنْ أَنْدَ وَ أَنْغَا مَسَّ أَنْبَى مَالِمْ

an yi maka sata." Sai ya ce "Af! Ko karan
gona ne? Ku yi zamanku! Kuna gida, za a kawo."
Hakanan ne kuwa—wanda ya yi satan nan sai
230   ya zo, ya ce "Malam, ga abinka na kawo maka." Shi
ko, sai ya ce "To, aje nan." Sai mutum
ya ajiye, ya yi tafiya tasa.

Shi ke nan, labarin da na samu ke nan na Malam
Masallaci, uban Abdulmumini uban Malam Abubakar.
235   Suna nan cikin Argungu.

Notes

227   *karan gona.* The point of mentioning these seems to be that
though they are of little value and easily stolen, nevertheless such
was the fear of M. Masallaci's power that even these would be re-
turned by the thief, as well as that M. Masallaci divined what had
been stolen without being told.

أَنِي مَكَ تَسَاتِ سَيْ يَبَتِي أَمْبٍ كُوكِرَتِنْ
غُمُوتَابُلْ؟ كُي دَمُنَكَ كَنَا عِمَدَا دَامَ كَاوُوا.
حَكَ نَنْ بُلِي كُو وَنْدَبِي سَاتُو نَنْ سَيْ
يَدُّوا يَبَتِي، مَالَمْ غَمَا أَبِيتِكَ تَاكَاوُو مَكَ لِبَيْ
كُو مَنْ يَبَتِي، نَوْ أَجْلِي نَنْ سَيْ مُتِنْ
يَأْجُلِي يَبِي تَبِيا نَسَ .

يِلْهِ كُلَنَّنْ تَلَابَارَنْ دَ نَسَامُو كُلَنَّنْ نَمَالَمْ
مَصَلَّاتُمْ عَبَسْ عَبْدُ الْمُومِنِ عَبَتِنْ مَالَمْ أَبُوبَكَرَ
مَنَاتَنْ ثِكِنْ أَرْغَنَغْ .